समांतर वास्तवातील

ब्रम्हरक्षक

प्रार्थना

notionpress.com

INDIA • SINGAPORE • MALAYSIA

ISBN 979-8-89026-788-7

माझी रक्षक बनून सदैव माझ्या अवती भोवती असणाऱ्या

आईस,

कृतज्ञापुर्व, प्रेमपुर्व समर्पित...

सूचि

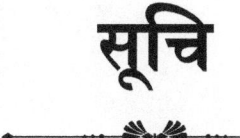

प्रस्तावना

ही गोष्ट आहे भुत, भविष्य, वर्तमान या कालचक्रात अडकुन पडलेल्या छोट्या छोट्या असंख्य ब्रम्हांडांनी व्यापलेल्या संपुर्ण ब्रम्हांडाची आणि या ब्रम्हांडाचं रक्षण करणाऱ्या 'ब्रम्हरक्षकांची'.

संपुर्ण ब्रम्हांड; ज्याचा आरंभ अज्ञात आणि अंत अनिश्चित आहे. याच आरंभ आणि अंतामध्ये आहे अपरिमित अद्भुत रहस्यांचा, चमत्कारांचा एक भव्य मायाजाळ. आणि या मायाजाळाचा एक सुक्ष्म धागा आहे आपली पृथ्वी. कित्येक वर्षांपासुन मनुष्य हा मायाजाळ पार करण्याचा प्रयत्न करत आहे, रहस्यांना उलगडण्याचा प्रयत्न करत आहे आणि त्यात त्याला यश ही भेटत आहे. पृथ्वीवरुन तो चंद्रावर पोहोचला, चंद्रावरुन मंगळावर आणि मंगळावरुन आपली सुर्यमालाच जणु त्याने ओलांडली आहे, आता तो सुर्यमालेच्या पुढचा पल्ला गाठायच ध्येय उराशी बाळगुन आहे. पण हे झाल भौतिक जगाच. अभौतिक जगाच काय?

अभौतिक जग; मायाजाळातील अद्याप न उलगडलेलं रहस्य, जे कदाचित चंद्राइतक, मंगळा इतक दुर नसेल, पण तरी मनुष्य तिथे पोहोचायला अपयशी ठरला आहे, त्याला शोधायला अपयशी ठरला आहे. कारण ते अभौतिक आहे, अदृश्य आहे. आणि अदृश्य गोष्टींना पहाण्याचं, त्यांना अनुभवण्याचं तंत्र मनुष्याने अझुन शोधायच बाकी आहे.

या गोष्टीतला हा पहिला अध्याय ब्रम्हांडातील अशाच एका अभौतिक जगाला आपल्या समोर घेऊन आला आहे, जे पृथ्वीला समांतर आहे. ज्याचं नाव 'आर्वी' आहे. मनुष्याचा जन्मापासुन मृत्युपर्यंतचा प्रवास पृथ्वीवर भौतिक रुपात व्यतित होतो तर मृत्युपासुन पुन्हा पुनर्जन्मापर्यंतचा प्रवास

हा आर्वीवर आत्मिक रुपात व्यतित होतो. ज्याप्रमाणे सुर्यास्त म्हणजे सुर्याच्या प्रवासाचा अंत नसतो, केवळ त्याची अनुपस्थिती असते, ती ही काही काळापुरती. त्याचप्रमाणे मृत्यु हा अंत नसुन मनुष्याची या भौतिक विश्वातील केवळ अनुपस्थिती असते; काही काळापुरती. याच अनुपस्थितील मनुष्याच्या आयुष्याची, दोन्ही समांतर विश्वातील म्हणजेच पृथ्वी आणि आर्वीवरील त्याच्या प्रवासाची ही गोष्ट.

योग्य नियोजन आणि व्यवस्थापना शिवाय कोणताही व्यवसाय, उद्योग, व्यवस्था किंवा समाज संतुलित राहु शकत नाही ही वस्तुस्थिती आहे. मग याला अपवाद विश्वातील सर्वात मोठी व्यवस्था कशी राहिल? विश्वातील सर्वात मोठी व्यवस्था म्हणजे मानवी जीवन.

पृथ्वीवरील मानवी जीवनात घडणाऱ्या घटनांच नियोजन आणि नियंत्रण समांतर विश्वातील म्हणजेच आर्वीतील संतुलन संस्था (विधी) आणि त्यातील अधिकारी (ब्रम्हरक्षक) करतात. कयास या आधुनिक तांत्रिक प्रणालीवर त्यांच संपुर्ण कामकाज चालतं. संस्थेसाठी काम करत असलेले हजारो अधिकारी आपआपली जबाबदारी पुर्ण निष्ठेने, प्रामाणिकपणे पार पाडत होते. पृथ्वीवर कोणतेही अनुचित प्रसंग निर्माण होणार नाहित, तसेच पृथ्वीवर अनुकुल वातावरण आबाधित राहिल याची ते खबरदारी घेत होते. त्यासाठी दिवस रात्र झटत होते आणि त्यामुळेच पृथ्वीवरील संतुलन राखण्याच्या त्यांच्या आकडेवारित दिवसेंदिवस सुधारणा होत होत्या. ज्यामुळे ते सर्व समाधानी होते. पण अचानक एकेदिवशी त्यांच्या तांत्रिक प्रणालीमध्ये काही बिघाड होतो आणि पृथ्वीवर आत्महत्यांची शृंखला सुरु होते. परिस्थिती हाताबाहेर जाऊ न देण्याचं आणि पृथ्वीच संतुलन बिघडु न देण्याचं एक मोठ आव्हान त्यांच्या पुढे उभं राहतं.

संस्थेतील अधिकारी म्हणजेच 'ब्रम्हरक्षक' हा बिघाड वेळेत शोधण्यात आणि तो दुरुस्त करण्यात यशस्वी होतात का? तांत्रिक बिघाडाच खरं कारण काय असतं? या बिघाडाचा पृथ्वीवरील जिवितांवर काय परिणाम होतो? समांतर विश्व, भौतिक विश्व, संतुलन संस्था (विधी) यांचा एकमेकांशी नक्की संबंध काय? या सगळ्यांची उत्तरे या कथेच्या अंती प्राप्त होतील? की आणखी कोडी निर्माण होतील?

ओळख

भौतिक विश्व (पृथ्वी) - आत्म्याचा शरिररुपी जन्मापासुन मृत्यु पर्यंतचा कालखंड भौतिक विश्वात व्यतित होतो, यात आत्मा सृष्टीतल्या भौतिक गोष्टींचा उपभोग घेऊ शकतो, त्याना अनुभवु शकतो. आत्म्याची बौद्धिक, भावनिक, आत्मिक जडणघडण या विश्वात होते.

आदि विश्व/अभौतिक विश्व (आर्वी) - पृथ्वीला समांतर असलेलं विश्व म्हणजे अभौतिक विश्व. आत्म्याच्या पृथ्वीवरील शरिररुपी मृत्युनंतर पुनर्जन्मापर्यंतचा कालखंड हा आर्वीवर व्यतित होतो. वैश्विक, नैसर्गिक आणि आत्मिक आणि त्यापासुन निर्माण झालेल्या अथवा निर्माण करण्यात आलेल्या इतर ऊर्जा आणि यंत्रणा केवळ याच विश्वाचा भाग होऊ शकतात.

संतुलन संस्था (विधी) - आत्म्याच्या गुणधर्मानुसार त्याच्या पृथ्वीवरील संतुलित प्रवासाची अंमलबजावणी करणारी संस्था. जगभर विविध क्षेत्रामध्ये विभागलेली ही संस्था सृष्टीच संतुलन राखण्यासाठी हजारो वर्षांपुर्वी काही दिव्य आत्म्यानी स्थापन केली होती. आत्मिक जागृती लाभलेल्या, प्रतिभाशाली, बुद्धिमान आणि संस्थेच्या कार्याप्रती एकनिष्ठ राहु इच्छिणाऱ्यांनाच या संस्थेचा भाग होता येतं.

कयास - व्यक्तिपासुन विश्वा पर्यंत, क्षणिक पासुन दिर्घकाळापर्यंत घडणाऱ्या घटनांच सर्वेक्षण, निरिक्षण, नियोजन, नियंत्रण आणि व्यवस्थापन करणारी तांत्रिक प्रणाली (सोफ्टवेयर) म्हणजे कयास. जे पारंपारिक विधिलिखिताच अद्यावत तांत्रिक रुप आहे. पृथ्वीवर घडणाऱ्या घटनांच्या संभाव्यता गणितीय समिकरणांद्वारे कयासमधील सुत्रे या प्रोग्रामअंतर्गत शोधल्या जातात. त्यापैकी अनुकुल घटना घडतील याबाबत विधीच्या

अधिकाऱ्यांमार्फत दक्षता घेतली जाते. जेणेकरुन पृथ्वीवरील संतुलन राखलं जाईल.

क्षेत्र ९६ - व्यवस्थापन संस्थेच्या सुकर कारभारासाठी पृथ्वी वेगवेगळ्या क्षेत्रामध्ये विभागण्यात आली आहे अशाच क्षेत्रापैकी एक क्षेत्र म्हणजे क्षेत्र ९६.

संघ ९६ (स्वर्णरक्षक) - मुख्य व्यवस्थापन संस्थेअंतर्गत क्षेत्र ९६ ची देखरेख करणारा गट. विधीच्या सर्व गटांना वेगवेगळ्या नावांनी संबोधलं जातं, उदा. संघ ९ ला लोहरक्षक, संघ २३ ला मत्स्यरक्षक म्हटलं जातं, त्याच प्रमाणे संघ ९६ ला स्वर्णरक्षक म्हटलं जातं.

ब्रम्हरक्षक, आर्वीवासी

१. सत्त्या - विधीच्या संघ ६९ चा क्षेत्रप्रमुख आणि मुख्य कार्यकारी अधिकारी. ज्याच्या आत्मिक वयाने २२०० वर्षांचा आकडा पार केला होता. परंतु त्याच भौतिक वय होत ६० वर्षे. २००० वर्षांपासुन तो विधीसाठी काम करत आहे. परिक्रमा - २ भौतिक जन्म.
('आत्मिक वय' म्हणजे आत्म्याचा जन्मापासुन ते वर्तमानापर्यंतचा भौतिक आणि अभौतिक आयुष्याचा संपुर्ण प्रवास. 'भौतिक वय' म्हणजे आत्म्याच त्याच्या शेवटच्या भौतिक विश्वातील वय जिथे त्याचा भौतिक आयुष्यातला प्रवास थांबला होता. यामध्ये आत्म्याचं त्याच्या शेवटच्या भौतिक आयुष्यातील रुप अभौतिक आयुष्यात स्थिर राहतं, जो पर्यंत त्याचा भौतिक आयुष्याचा पुढचा प्रवास सुरु होत नाही.'परिक्रमा' म्हणजे एकुण भौतिक जन्माची संख्या)

२. देवांशी - विधीच्या संस्थापकांपैकी एका संस्थापकाची वारस. जिला ब्रम्हकन्या ही म्हटल जातं, कारण काही दैवी शक्तींच वरदान तिला लाभल आहे. देवांशीच आत्मिक वय ही सत्त्या प्रमाणे २००० वर्षाच्या पुढे होत, आणि सत्त्याप्रमाणेच गेली २००० वर्षे तिने नविन जन्म स्विकारला नाही. तिचं भौतिक वय २७ वर्षे होत. परिक्रमा- १.

३. आर्य मलाय - क्षेत्र ९६ मधील विद्यापीठाचे कुलगुरु. त्यांच आत्मिक वय होतं ४७५ वर्षे आणि भौतिक वय होत ८५ वर्षे. ८५ च्या मानाने ते

अधिक तरुण दिसत होते. देवांशीप्रमाणेच त्यांनादेखील दैवी शक्तींच वरदान होतं. गेल्या ९१ वर्षांपासुन ते स्वर्णची सेवा करित आहेत. त्यांची परिक्रमा - ६ भौतिक जन्म होती.

४. राघव - स्वर्णच्या व्यवस्थापण विभागाचा मुख्य अधिकारी. याच आत्मिक वय १२०, भौतिक वय ३३, आणि परिक्रमा- ३. गेल्या २ वर्षांपासुन तो स्वर्णमध्ये काम करत आहे.
५. समर - शक्तीच्या तांत्रिक विभागाचा मुख्य अधिकारी. याच आत्मिक वय ८९, भौतिक वय ३१, आणि परिक्रमा ३ होती. १० वर्षांपासुन तो स्वर्णमध्ये काम करत आहे.
६. बेला - बेलाच आत्मिक वय ५०, भौतिक वय ४५, आणि परिक्रमा १ होती. गेल्या ५ वर्षांपासुन ती स्वर्णमध्ये सत्त्याची सहाय्यक म्हणुन काम पाहत आहे.
७. अबीर - स्वर्णच्या रक्षा विभागाचा मुख्य अधिकारी. याच आत्मिक वय ७५, भौतिक वय ४०, आणि परिक्रमा संख्या २.
८. इंद्रनील (नील)- स्वर्णमधील व्यवस्थापन विभागात घटना व्यवस्थापक या पदावर काम करत असलेला २५ वर्षे भौतिक वय असलेला तरुण.
९. जिया - राघवची सहाय्यक, वय - २४ भौतिक वर्षे
१०. रक्षित, तारा, व्योम, क्षण - पृथ्वीवरील क्षेत्र दुत जे पृथ्वीवर राहुन स्वर्णच कामकाज पाहतात आणि ऐनवेळीच्या किरकोळ घटनांच नियोजन आणि व्यवस्थापन करतात.
११. वेद, नरेन - शक्तीच्या विद्यापिठात शिकत असलेले विद्यार्थी.

मानवी घटक, पृथ्वीवासी

१. मेघना (वय - २८), विवान(वय - २९), कनिका(वय - २८)- “क्वांटा” या संशोधन केंद्राचे संस्थापक आणि स्वर्णसाठी काम करणारे मानवीदुत.
२. जया - मेघनाची आई
३. राधिका - राघच्या पुर्व जन्मातील बायको, वय - ३० वर्षे
४. लिला, नैना, निशा, दिक्षित, शर्विन - मानवी घटक ज्यांना आत्महत्येपासुन रोखण्याची कामगिरी स्वर्णच्या अधिकाऱ्यांना पार पाडायची होती.

जलसंग्राम

आकाशात ढग दाटुन आले होते. शत्रु त्याच्या भल्या मोठ्या सैन्यांसाह चाल करून आला होता. दुसरीकडे आपल्या राज्याला शत्रुपासुन वाचविण्यासाठी किनाऱ्यावर दुसर सैन्य एक मजबुत आणि अभेद्य भिंत बनुन उभं होतं. आणि त्यांचं कवच बनुन सर्वात पुढे उभी होती त्यांची सेनापती, त्यांची राजकन्या. विरोधकाच्या जहाजांचा ताफा त्यांच्या दिशेने येत होता. वर्चस्वासाठी भुकेलेल्या त्यांच्या राजाला समुद्रात उठलेल्या वादळाची ही फिकीर नव्हती. सैन्याने धपाधप पाण्यात उड्या मारल्या आणि किंचाळत ते किनाऱ्याच्या दिशेने धावत सुटले. त्यांना आपल्या दिशेने येत असल्याच पाहुन तिने नजर फिरवुन आपल्या सैन्याकडे पाहिलं. मुखवट्या आड लपलेल्या तिच्या भावना तिच्या डोळ्यांत स्पष्ट दिसत होत्या. त्यांच्यात राग होता, आक्रोश होता, शत्रुला परतविण्याची जिद्द होती, पण त्याच बरोबर तिच्या राज्याची आणि राज्यातील जनतेची; त्यांच्या रक्षणाची चिंता होती, या युद्धाअंती उद्भवणाऱ्या विदारक परिणामांची भीती होती. प्रत्येक सैनिकाच्या जीवाची काळजी होती, त्या काळजीने तिच्या डोळ्यांत अश्रु दाटले, पण ते अश्रु तिने डोळ्यांतच रोखले आणि आपल्या भावनांना आवर घातला. तिचं सैन्य तिच्या आदेशाची वाट पाहत होतं. तिने डोळे मिटले. घशात दाटलेला आवंढा गिळला. तलवारीच्या धारदार पातीवरुन तळहात फिरवला. तिच्या कोऱ्या करकरित तलवारीला सर्वात आधी तिचं रक्त लागलं. तिने डोळे उघडले आणि ती जोरात ओरडली, “आक्रमण...”

सैन्याची पहिली रांग तलवारी उगारत शत्रुच्या दिशेने धावत गेली. मागच्या रांगेने बाणांचा वर्षाव सुरु केला.

पाहता पाहता समुद्राच्या निळशार पाण्याला लाल रंग चढु लागला. किनाऱ्यावर, जहाजांवर शवांचे थर साचत होते. कोण शत्रु कोण रक्षक हे ही ओळखता येत नव्हत.

कोणीच हार मानायला तयार नव्हत. शत्रु राजाला आता ते युद्ध वर्चस्वापेक्षा ही त्याच्या अस्तित्वासाठी जिंकायच होतं कारण त्याच्या अखंड कारकिर्दित त्याला कधीच इतक झुंजाव लागलं नव्हत. त्याने त्याची तलवार नुसती हवेत जरी भिरभिरवली तर समोरचा आपली शस्त्र त्याच्या चरणांशी ठेऊन आपला पराजय स्विकारत असे. पण यावेळी एका स्त्रीने त्याला आवाहन दिलं होत आणि फक्त आवाहनच नाही तर तिने त्याची आणि त्याच्या सैन्याची पळता भुई थोडी केली होती. ना ती हार मानत होती, ना ती शरण येत होती. ती आणि तिचं सैन्य जिवाची बाजी लाऊन लढत होतं, त्यांना कसलीच फिकर नव्हती; ना स्वत:च्या जिवाची ना मागे ठेऊन आलेल्या त्यांच्या बायका मुलांची. जणु शत्रूशी नाही साक्षात मृत्यूशी ते दोन हात करत होते. त्यांची निष्ठा पाहून शत्रु राजाच्या अहंकाराला धक्का बसला आणि क्रोधाने तो आणखीणच पेटुन उठला. जो समोर येईल त्यावर वार करत सुटला. त्याचा एक वार समोरच्याला यमसदनी धाडायला पुरेसा होता. तो जलसंग्राम काळाच्या पडद्यावर रक्ताच्या शाईने आपला इतिहास लिहित होता.

ढगांच्या कडकडाटासह मुसळधार पाऊस सुरु झाला. शत्रु राजा आणि ती वीर राजकन्या एकमेकांच्या समोर आले. जय-पराजयाच्या खेळाला अखेर पुर्णविराम मिळणार होता. दोघे चवताळून एकमेकांच्या दिशेने धावत येऊ लागले. एक रक्तपात डोळ्यांपुढे सुरु होता तर दुसरा त्या दोघांच्या डोळ्यांत दाटला होता. अखेर त्यांच्या तलवारी एकमेकांशी भिडल्या.आणि एक चित्त थरारुन टाकणाऱ्या द्वंद्वाची नांदी झाली. दोघेही एकावर एक वरचढ होते. एकाच्या वाराच्या तोडीस तोड दुसऱ्याचा पलटवार होता. त्या दोघांना एकमेकांव्यतिरिक्त काहीच दिसत नव्हत. त्यांच्या प्रतिभेपुढे वादळही क्षमलं होत. एकीकडे विजांचा कडकडात तर दुसरीकडे त्यांच्या तलवारींचा घंटानाद साऱ्या आसमंतात गुंजत होता. त्या दोघांतील थरारक झुंजीचं प्रत्यक्ष साक्षीदार असलेलं विशाल जहाज ज्यावर त्यांचा सामना

रंगला होता, त्यालादेखील कापरं भरलं होतं. लाटांमुळे कमी आणि त्या दोन शुरावीरांच्या द्वंद्वनृत्यांमुळे ते अधिक डुलत होतं.

त्यांच युद्ध थांबायच नाव घेत नव्हतं. सुर्यास्ताला आता काही घटकाच बाकी होत्या. दोघांनी मावळतीकडे झुकलेल्या सुर्याकडे एक नजर फिरवली. क्षणात त्यासंधीचा फायदा घेत अत्यंत शिताफीने राजकन्येनं आपली तलवार गर्रकन फिरवुन त्याला निरस्त्र केलं, तो धारातिर्थी पडला आणि त्याच्या चेहऱ्यावरचा मुखवटा निसटला. त्याच्यावर ती वार करणार तोच त्याने वळुन तिच्याकडे पाहिलं. तिचा हात जागीच थांबला, क्षणाचा ही वेळ न दवडता त्याने त्याच्या कंबरेला बांधलेल खंजीर काढुन तिच्या हातावर वार केला. तिच्या हातातील तलवार खाली पडणार इतक्यात त्याने ती झेलली आणि तिच्या पोटात खुपसली. तलवार तिच्या शरिरातुन आरपार करताना तिचा चेहरा त्याच्या खांद्या जवळ आला. वेदनेने ती व्हिवळली आणि तिच्या तोंडातुन शब्द बाहेर पडले,

"सुर्या.."

त्याचे डोळे चमकले. तिच्या पोटात आरपार घुसविलेली तलवार त्याने सर्रकन बाहेर काढली. इतक्यात जहाज एका बाजुला कललं आणि ती त्याच्या पासुन दुर झाली. त्याने तिचा हात धरण्याचा प्रयत्न केला, तिच्या हातातील कड त्याच्या हातात आलं, त्याने ते कड निरखुन पाहिलं आणि त्याच्या पायाखालची जमिन सरकली. आग ओकणाऱ्या त्याच्या लालबुंद डोळ्यातुन घळाघळा अश्रु वाहु लागले. त्याच्या हातातील तलवार गळुन पडली. त्याने तिच्याकडे पाहिलं, दोघांच्या नजरा भिडल्या. काही वेळापुर्वी ज्या डोळ्यांमध्ये एकमेकासाठी द्वेष होता, त्याच डोळ्यामध्ये आता वेदना दाटुन आल्या होत्या. तिला उभं राहता येत नव्हतं म्हणुन आधार शोधायला ती जरा मागे झाली आणि तिचा तोल गेला, जहाजावरुन ती खाली पाण्यात कोसळली.

तिच्या पाठोपाठ त्यानेही समुद्रात उडी मारली. पाण्याच्या प्रवाहात तो तिला शोधु लागला, शोधता शोधता आत खोलवर गेला. सुर्यास्त झाला होता, अंधार दाटला होता, पण त्याने तिला शोधणं थांबवलं नाही. बराच वेळ तो तिचा शोध घेत होता, पण सारकाही व्यर्थ.... ती हरविली

होती... कायमची. पाण्यावर तरंगणारा तिचा मुखवटा त्याला दिसला, त्या मुखवट्याला आणि तिच्या कड्याला छातीशी कवटाळून तो मोठमोठ्याने ओरडु लागला.

"एक कथा, गुढ रहस्यांची, अनुत्तरित प्रश्नांची;

एक कथा, अव्यक्त भावनांची, न संपणाऱ्या विरहाची;

एक कथा काळाच्या पडद्याआड हरवलेल्या अधुऱ्या प्रेमाची

कधी दोन शरिरांत तर कधी दोन विश्वात अडकलेल्या एका जीवाची..."

१

आरंभ

रात्रीची वेळ होती. एक सतरा अठरा वर्षे वयाचा तरुण त्याची बाईक पार्किंग मध्ये लाऊन घाई घाईत दारा जवळ आला. त्याने दारावरची बेल वाजली. आतुन एका स्त्रीने दरवाजा उघडला. ती त्यांच्या घरातील मोलकरीण होती. तो आत आला.

"आई बाबा?" त्याने विचारलं.

"बाहेर गेले आहेत." तिच उत्तर ऐकून काहीही न बोलता खाली मान घालुन तो जिन्याने वर त्याच्या खोलित निघुन गेला.

तो अस्वस्थ होता. खोलीत कधी इकडुन तिकडे फेऱ्या मारत होता. कधी बेडवर बसत होता, कधी उठुन गॅलरित जात होता. काही वेळाने तो बाथरुममध्ये गेला, तोंडावर पाणी मारलं. क्षणभर तिथेच विचार करत उभा राहिला. नंतर खोली बाहेर येऊन बाजुच्या खोलीत शिरला. ती खोली त्याच्या आई वडिलांची होती. त्याने कपाट उघडलं, त्यातील डिजिटल लॉकर त्याने पासवर्ड टाकून उघडला. आतुन पिस्तॉल काढलं. ते पिस्तॉल घेऊन तो आपल्या खोलीत आला. बिछान्यावर बसुन बराच वेळ त्या पिस्तॉलकडे पाहत राहिला. त्याच्या चेहऱ्यावरुन घामाच्या धारा वाहत होत्या. बाहेरुन अचानक गाडीचा आवाज आला, तसा तो आणखीणच अस्वस्थ झाला. त्याचे आई वडील आले होते. त्याचे हात थरथरु लागले. त्याने दिर्घ श्वास घेतला आणि क्षणाचाही विलंब न करता पिस्तॉल आपल्या तोंडात घातला आणि जोरात खटका दाबला. एक भीषण शांतता त्या ठिकाणी पसरली.

* * *

मेघना तिच्या आई बरोबर गुरुजींच्या आश्रमात बसली होती. तिच्याच सारखे आणखी ५० ते ६० जण गुरुजींच प्रवचन ऐकत होते. मेघना प्रत्येक व्यक्तीच निरिक्षण करु लागली. प्रत्येक जण अगदी तल्लिन होऊन गुरुजींचे उपदेश ऐकत होते, शेजारी बसलेली तिची आई देखील. अचानक दिवे गेले आणि आश्रमात काळोख पसरला. काही क्षणात एक तेजस्वी प्रकाशाच चक्र गुरुजींच्या मागे अवतरल. इतरांप्रमाणे मेघनाही एकाग्र होऊन गुरुजीना ऐकु लागली.

"ज्या जगात आपण राहत आहोत ते जग वास्तव नाही, तो एक मायाजाळ आहे. तुम्हाला जे सत्य वाटत आहे तो केवळ तुमचा संभ्रम आहे, एक मृगजळ आहे. ज्याला तुम्ही शरीर समजत आहात, तुमच अस्तित्व समजत आहात ते केवळ तरंग आहे. केवळ एक तरंग आहेत." गुरुजी अति उत्तेजित होऊन बोलत होते. त्यांना तसं पाहुन मेघना गोंधळुन गेली.

गुरुजींच ते वाक्य तिच्या कानामध्ये घुमु लागलं. तिने बाजुला पाहिलं. तिच्या बाजुला बसलेली स्त्री गुढ नजरेने तिच्याकडे पाहु लागली.

"ज्याला तुम्ही शरीर समजत आहात ते केवळ तरंग आहेत." अस म्हणुन तिचं शरीर एखाद्या द्रव्याप्रमाणे विराघळू लागलं आणि पाहता पाहता तरंगांमध्ये रुपांतरित झालं. घाबरून मेघना दचकुन मागे सरली.

तरंग; समुद्रात जसे लाटांचे तरंग निर्माण होतात, काही खोल काही उथळ काही वेड्यावाकड्या वळणाचे किंवा अगदी तसच तिचं मानवी शरीर लाटेप्रमाणे हवेत तरंगत होतं. या तरंगांमध्ये रंगाच्या विविध छटा होत्या ज्यातुन सौम्य प्रकाश प्रवाहित होत होता.

समोरचं दृष्य पाहुन तिला घाम फुटला. इतक्यात तिच्या मागे बसलेल्या स्त्रीया तिच्या कानाजवळ येऊन तेच वाक्य पुटपुटल्या; तिने मागे वळुन पाहिलं, त्यांचंदेखील शरीर तरंगामध्ये रुपांतरित झालं. गुरुजींच वाक्य पुन्हा पुन्हा उद्गारत एक एक करत प्रत्येक जण तरंगांमध्ये रुपांतरित होत गेला. गुरुजी, त्यांचे सहयोगी, आश्रमाच्या भिंती छप्पर, अगदी तिच्या पाया खालची जमिन सुद्धा, अखेर तिची आई तिच्या समोर आली,

"जया.." थरथरत्या स्वरात ती पुटपुटली.

"मेघना, ज्याला तु सृष्टी समजत आहेस, ते केवळ तरंग आहेत आणि हेच एकमेव सत्य आहे." अस म्हणुन तिच्या आईच देखील तरंगामध्ये रुपांतर झालं.

मेघनाचा तिच्या डोळ्यांवर विश्वास बसत नव्हता. अचानक तिच लक्ष तिच्या पायांकडे गेलं. तिच्या पायांपासुन हळुहळु तिचं शरिरदेखील वरच्या दिशेने तरंग होऊ लागलं होतं. वजनाऐवजी तिला शरीरभर कंपणं जाणवु लागली.

"तरंग.." तरंग होत चाललेल्या तिच्या ओठांनी अखेरचे शब्द पुटपुटले.

कुकरच्या शिट्टीचा आवाज झाला आणि मेघना दचकुन जागी झाली.

सकाळचे ७ वाजले होते. तिने खोलीतुन बाहेर डोकावुन पाहिलं.

बाहेर टि व्ही वर गुरुजींच प्रवचन सुरु होतं, ते पाहता पाहता जया स्वयंपाकघरात नाष्टा बनवत होती.

तिने सुटकेचा निश्वास टाकला आणि ती बाथरुमच्या दिशेने वळाली.

***

फ्रेश होऊन आल्यावर मेघना डायनिंग टेबलवर येऊन बसली.

जयाने तिच्यासाठी चहा आणि नाश्ता आणुन तिच्या समोर ठेवला आणि बाजुच्या खुर्चीवर बसुन दिर्घ श्वास घेतला.

"बाबा?" मेघना विचारते.

"झोपलेत."

मेघनाला नाश्ता करताना पाहून अचानक तिला काही तरी आठवतं,"घना तुला माहित आहे आज गुरुजी काय म्हटले?" मेघनाला तिचे कुटुंब, मित्र परिवार लाडाने घना म्हणायचे, ज्याची तिला भयंकर चिड होती. आणि घना हे टोपणनाव तिला तिच्या आईची देणगी होती, त्यामुळे त्याचा बदला घेण्यासाठी ती तिच्या आईला आई न म्हणता तिच्या नावाने हाक मारायची.

"जया हात जोडते तुला; तुझा हा सकाळ सकाळाचा गुरु जाप नाही ऐकायचा मला. रात्री तुझे गुरुजी स्वत: स्वप्नात येऊन घाबरवतात." चिडून मेघना बोलते.

"घाबरवतात काय... गुरुजींनी स्वप्नात येऊन दर्शन देणं म्हणजे साक्षात त्यांचा आशिर्वाद लाभण्यासारख आहे."

"मग असा आशिर्वाद त्यांच्या अंधभक्तानाच लाभु दे. आमच्या सारख्या सामान्य लोकांची पात्रता नाही ती." मेघना चिडून बोलते.

"तुला सांगण्यात काही अर्थ नाही. नास्तिक आहेस ना तु!" असं म्हणुन जयादेखील चिडुन खुर्चीवरुन ऊठुन निघु लागते, इतक्यात मेघना तिचा हात पकडते.

"जया कुठे चाललीस? मी मस्करी करत होते."

"तुला किती वेळा सांगितल आहे गुरुजींची मस्करी केलेली मला आवडत नाही. सिद्ध पुरुष आहेत ते." डोळ्याना उगाच पदर लाऊन केविलवाण्या स्वरात जया बोलते, "आणि त्यानी सांगितलेल्या चार ज्ञानाच्या गोष्टी मी तुला सांगते कारण माझे असे किती दिवस राहिलेत, पण तुझ्या समोर तुझं आख्ख आयुष्य आहे; तुझं काम आहे, कधी कुठे त्यांच्या उपदेशाचा उपयोग होईल काय सांगाव. पण तुला ते आत्ता कळणार नाही. गुरुजी म्हणतात योग्य वेळ आली की प्रत्येकाला त्यांच्यातल्या शक्तींचा साक्षात्कार होईल, तुलाही होईल एक दिवस; लिहून घे माझ्याकडून."

"जया पुरे झालं आता. माफ कर; मला आत्ता इमोशनल ब्लॅकमेल नको, त्याने जर पोट भरलं तर हा नाश्ता तसाच राहिल." नंतर तिला हाताला धरून खुर्चीवर बसवते, "बस इथे आणि भरव मला, तुझ्या शब्दानी नाही तु भरवलेल्या घासाने पोट भरायला आवडतं मला."

जया मेघनाकडे पाहते आणि डोळे पुसत पुन्हा खाली बसते, "मी बसते पण एका अटीवर.."

मेघना तिच्याकडे पाहुन गालातल्या गालात हसते आणि बोलते, "सांग आज काय ज्ञान दिलं तुझ्या गुरुजीनी."

मेघनाला जयाची अट तिने सांगण्या आधीच माहित होती. जया तिला भरवु लागते.

"गुरुजींनी आज एक अजबच गोष्ट सांगितली." ती उत्साहाने सांगु लागली, "गुरुजी म्हणाले आपल्यासारखी अनेक विश्व आहेत आपल्या भोवती फक्त आपल्याला ती दिसत नाहित."

तिच्या त्या वाक्याने मेघनाला जोराचा ठसका बसला. जागेवरुन उठुन तिच्याजवळ येऊन जया तिची पाठ थोपटु लागली.

"सावकाश खायला काय होत तुला! तुझी सगळ्यात घाई." जया काळजीने उद्गारते.

"काय... काय म्हणाली तु?" स्वत:ला सावरत खोकता खोकता मेघना उद्गारते

"सावकाश खायला काय होतं.." जया तिच्या पाठीवरुन डोक्यावरुन हात फिरवत होती.

"ते नाही ग दुसऱ्या विश्वाच काय म्हणाली तु?" पाणी पित स्वत:ला सावरत मेघना विचारते.

मेघनाचा ठसका थांबल्यावर जया पुन्हा खुर्चीवर जाऊन बसते, मेघना तिच्याकडे प्रश्नार्थक नजरेने पाहत होती.

"हा, तर गुरुजी म्हणत होते आपल्या भोवती आपल्यासारखीच आणखी विश्व अस्तित्वात आहेत, आणखी पृथ्वी अस्तित्वात आहेत. जी अदृश्य आहेत." जया उद्गारते.

"दुसरं विश्व. ते पण अदृष्य.. मग ते तुझ्या गुरुजींना कसं दिसलं?" मेघना चेष्टेच्या स्वरात उद्गारते.

"मला वाटलच होत तुला या गोष्टी नाही पटणार. हाडाची शास्त्रज्ञ आहेस ना तु; जो पर्यंत ते जग तु स्वत: डोळ्यानी पाहणार नाहिस, तुझा विश्वास थोडी बसणार या गोष्टींवर!"

"हे अगदी खरं बोललीस तु."

"पण माझा गुरुजींवर विश्वास आहे. जर ते म्हणत आहेत आपल्या पड्याल आपल्यासारखी आणखी विश्वं आहेत तर आहेत."

"हे बरं आहे हीच गोष्ट वैज्ञानिक सांगतात तर त्यांना तुम्ही पुरावे मागता आधी सिद्ध करा म्हणता आणि गुरुजींच्या बोलण्यावर पटकन विश्वास ठेवता, हा कसला दुटप्पीपणा?" निराश स्वरात मेघना बोलते.

"याला दुटप्पीपणा नाही विश्वास म्हणतात." जया पुढे बोलणार तोच मेघना तिला थांबवते,

"बरं माते, तुझ्या गुरुजींच्या प्रवाचनांनी मन भरेल पण पोट भरण्यासाठी कामही कराव लागतं. जाऊ का मी आता?" नाशत्याचं ताट घेऊन ती स्वयंपाक घरात जाते.

इतक्यात तिला काहीतरी आठवत," मी काय म्हणते जया, यावेळी विकेंडला कुठेतरी बाहेर जाऊया."

"खरंच." जयाचे डोळे आनंदाने चमकतात, "पण कुठे घेऊन जाशील तु मला?"

टेबलावरचं वर्तमान पत्र, मोबाईल हातात घेऊन ती जया जवळ येते, तिला घट्ट मिठी मारते आणि हळुच तिच्या कानात कुजबुजते.

"त्याच तुझ्या अदृष्य विश्वात. फक्त तुझ्या गुरुजीना तिथला पत्ता विचार?" अस म्हणुन ती मोठ्याने हसत जिन्याने वर तिच्या खोलीकडे धाव घेते, "बाकी मी बघुन घेईल." धावता धावता मागे वळुन ती मोठ्याने ओरडते.

"घना गुरुजींची चेष्टा नाही." जया खालुन जोराने ओरडते.

मेघना आणि जया आई-मुलीपेक्षा जास्त उंदिर-मांजराची जोडी म्हणुन त्या दोघी त्यांच्या मित्रपरिवारात प्रसिदध होत्या. जया-घना त्यांच्या जोडगोळीचं नावाच पडलं होतं. जितके दोघींमधील वाद विवाद जगजाहिर होते, तितकच उत्कट प्रेम होत त्यांच एकमेकींवर. दोघींचा दिनक्रमच ठरलेला होता. गुरुजी जे काही प्रवचनात सांगतील जयाला ते मेघनाला सांगायच असतं, भलेही तिची ईच्छा असो वा नसो. आधी आधी मेघनाची चिडचिड व्हायची कारण तिचा बुवा, गुरुजी, महाराज यावर विश्वास

नव्हता. पण जयासाठी तिच्या समाधानासाठी ती ऐकु लागली. तेवढाच तर वेळ तिला भेटायचा आपल्या आईसोबत घालविण्यासाठी; कारण इतरवेळी मेघना आपल्या संशोधनात आणि जया तिच्या व्यवसायात व्यस्त असायच्या.

खोलीत गेल्यावर मेघना वर्तमानपत्र उघडून वाचु लागते.

पहिल्याच पानावर बातमी "उद्योगपतीच्या १९ वर्षाच्या मुलाची स्वत:ला गोळी झाडुन आत्महत्या.." मेघना सविस्तर बातमी वाचु लागते इतक्यात तिच्या फोनवर मेसेज येतो.

"निरोप आला आहे. प्रवासासाठी तयार रहा." तिच्या सहकाऱ्याचा विवानचा मेसेज होता.

"प्रवासासाठी केव्हाही तयार." तिने त्याला उत्तर दिलं.

नंतर काही वेळातच तयार होऊन जया आणि बाबांचा निरोप घेऊन कारमध्ये बसुन मेघना ऑफिसला निघते.

* * *

"क़्वांटा" मेघनाच्या संशोधन केंद्राच नाव. ती आणि तिचे २ सहकारी विवान आणि कनिका यांनी मिळुन ५ वर्षापुर्वी या संशोधन केंद्राची स्थापना केली. विवानच्या वडिलोपार्जित जागेवर त्यांनी त्यांच संशोधन केंद्र उभारलं होतं. जिथे ते तिघे मिळुन क़्वांटम शास्त्रावर अभ्यास आणि संशोधन करत होते. त्या तिघांमध्ये विवान अधिक बुद्धिमान, अधिक महत्वकांक्षी होता. सृष्टीच्या विविध चमत्कारामागील शास्त्र शोधुन काढण्यात त्याला रुची होती आणि तेवढी त्यात क्षमतादेखील होती, म्हणुनच भारतातील काही नावाजलेल्या बुद्धिमान शास्त्रज्ञांमध्ये त्याची गणना होती. पृथ्वीच्या निर्मितीची त्याची 'सायक्लॉन थियरी' आंतरराष्ट्रीय स्तरावर गौरविण्यात आली होती. त्यावेळी त्याच वय होत केवळ २३ वर्षे. भारतातीलच नाही तर जागतिक स्तरावरील संशोधन केंद्रानी त्याला त्यांच्यासोबत सामिल होण्यासाठी बोलावल होतं, खुप साऱ्या पैशाचं, मोठ्या पदाचं, प्रसिद्धीचं अमिशही त्याला दाखविण्यात आलं होत पण त्याने ते सार धुडकावलं. त्याच्यातल्या वेड्या शास्त्रज्ञाला ना

पैशाचा मोह होता, ना कुठल्या पदाची हाव होती, त्याला भुक होती शोधाची जे मानवी नजरेच्या पड्याल आहे, जे कल्पनेच्या पड्याल आहे आणि ती भुक कोणाची तरी चाकरी करुन भागणार नव्हती. म्हणुन त्याने त्याचं स्वत:च संशोधन केंद्र स्थापन केलं, जिथे त्याला त्याच्या पद्धतीने त्याला हवं तस काम करता येणार होतं आणि त्याला ते उभारायला साथ दिली त्याच्या कॉलेजच्या २ वर्ग मैत्रिणींनी; मेघना आणि कनिकाने. तिघांच्यात खुप घनिष्ट मैत्री होती. कनिका त्याची कॉलेजमध्ये प्रेयसी होती जी कालांतराने त्याची बायको झाली. मेघना दोघांची ही जवळची मैत्रिण होती. तिघेही हुशार आणि तल्लख बुद्धीचे होतेच, पण त्याहीपेक्षा ध्येयवेडे होते. त्यांची कौटुंबिक आर्थिक परिस्थितीदेखील उत्तम होती आणि म्हणुनच कुठेही बाहेर इतर कोणाच्या दबावाखाली किंवा प्रभावाखाली काम न करता स्वत:च संशोधन केंद्र स्वत:ची प्रयोगशाळा उभारायच त्यानी ठरवलं आणि त्यानी ते उभारलही.

विवानच्या वडिलांच्या २०० एकर मध्ये पसरलेल्या औद्योगिक क्षेत्रापैकी २५ एकर क्षेत्रात त्याने त्यांच संशोधन केंद्र उभारल होतं. उरलेल्या जागेत त्यांचा वडिलोपार्जित उद्योग होता जो त्याचे वडिल आणि भावंडे संभाळत होती. त्याच्या कुटुंबाकडुन त्याला आर्थिकच नव्हे तर मानसिक पाठबळ ही मिळत होतं. त्यामुळे त्याला कसलीच चिंता नव्हती. पुर्ण एकाग्रतेने तो त्याच्या संशोधनाकडे लक्ष देऊ शकत होता.

असच एक दिवस संशोधना दरम्यान एक चमत्कार झाला आणि त्या तिघांच आयुष्य बदललं.

***

गाडी पार्किंगमध्ये लाऊन मेघना लिफ़्टच्या दिशेने चालु लागली. तिने तिसऱ्या मजल्याचे बटन दाबले. तिसऱ्या मजल्यावर आल्यावर समोर एक मोठा काचेचा दरवाजा होता. मेघना ने दरवाज्याच्या बाजुला असलेल्या यंत्रामध्ये एक कोड टाकला, नंतर बायोमेट्रिक मशीनने तिचे डोळे स्कॅन केले. तिची ओळख तपासल्यावर समोरचा दरवाजा उघडला. मेघनाने आत प्रवेश केला.

“मेघना... पुन्हा उशीरा आलीयेस तु..” समोरच्या काचेच्या एका केबीनमधुन कनिका तिला हाक मारते.

“ट्राफिकमध्ये अडकले होते.” मेघना उद्‌गारते, “विवान आला आहे का?”

“तो कधी उशीरा येतो का? चेंबरमध्ये तुझी वाट पाहत आहे.”

समोर आणखी एक बंद दरवाजा लागतो. त्याच्या बाजुच्या बायोमेट्रिक मशीनसमोर दोघी एकामागुन एक उभ्या राहतात, त्यांचा चेहरा स्कॅन झाल्यावर दरवाजा उघडुन दोघीही चेंबरमध्ये प्रवेश करतात.

चेंबरमध्ये वेगवेगळी अत्याधुनिक यंत्रे, तांत्रिक उपकरणे, संगणक प्रणाली बसविण्यात आल्या होत्या. डाव्याबाजुला एक केबिन होती, केबिनमध्ये विवान संगणकावर काहीतरी आखत होता.

“तर अधिकारी ब-७५१ निघायच का?” मेघना उद्‌गारते.

तो काही तरी आखण्यामध्ये मग्न असतो, “थोडाच वेळ थांब, होतच आलय हे.”

“नक्की काय काढत आहेस तु?”

“ब्रम्हांड.” मान वर करुन तो दोघींकडे पाहतो, आणि स्मित करतो, “समांतर वास्तवातला.”

“विवान तु पुन्हा संशोधनाला सुरुवात केली?”

“होय.”

“पण का? याची आपल्याला परवानगी नाहिये, ठाऊक आहे ना तुला.”

“ठाऊक आहे.”

“आणि तरीही तु... विवान आपण त्यांना शब्द दिला आहे की त्यांच्या अनुमतीशिवाय आपण अस काही करणार नाही जे नियमात बसत नाही.”

“नियम? नियम पाळत बसलो असतो ना मेघना तर ब्रम्हांडातल्या एका मोठ्या रहस्यापर्यंत पोहचु शकलो नसतो आपण. कोणाच्याही सांगण्यावर मी यापुर्वी कधी माझ संशोधन थांबवल नाही आणि आता जेव्हा माझ्या संभावना खऱ्या ठरत आहेत अशावेळी मागे फिरण अशक्य आहे.”

"मान्य आहे मला; तुझं कुतुहल, तुझी बुद्धिमत्ता यांना तु नाही बांधुन ठेऊ शकत, पण सत्त्या काय म्हटला आहे की कुठल्याही नविन साक्षात्कारासाठी, कुठल्याही नविन शोधासाठी आत्ता आपण तयार नाही आहोत. ही योग्य वेळ नाही."

विवान मेघनाला उत्तर देणार इतक्यात बाजुच्या पटलावर संदेशाचा दिवा पेटतो.

"ही चर्चा नंतर करा. तुम्हाला निघायला हवय. आधीच उशीर झाला आहे." संदेश वाचुन झाल्यावर कनिका उद्गारते.

विवान त्याचा संगणक बंद करतो आणि मेघनाकडे पाहतो, "या विषयावर आपण नंतर बोलुया."

तिघेही केबिनच्या बाहेर निघतात आणि दुसऱ्या खोलीत प्रवेश करतात. सर्वात आधी कनिका दोघांच्याही मनगटातील शिरेमधुन रक्ताचे नमुने घेते. आणि त्याच्या कुप्या शितपेटीत ठेवते. खोलीत समोर दोन मोठ्या लांब बंदिस्त पेट्या होत्या, ज्यांची जोडणी बाजुच्या संगणकाला करण्यात आलेली होती. मेघना आणि विवान एक एका पेटीजवळ जाऊन उभे राहतात. पेटीच झाकण अर्ध पारदर्शी होतं. दोघेही झाकण उघडुन त्यात झोपतात. ज्या प्लॅटफोर्मवर दोघे झोपले होते त्यावर काही उपकरणे फिक्स करणेत आली होती. पेटीला डाव्या बाजुला एक खाच होती ज्यातुन हात बाहेर काढता येत होता. त्याला झाकण्यासाठी देखील एक छोटं पारदर्शी कव्हर होतं. दोघे शांतपणे त्यात पडुन राहिले. कनिकाने बॉक्स आणि संगणक प्रणाली सुरु केली. एक एक करत पेटीच्या आतील उपकरणे त्यांच्या शरिराला जकडु लागली. आधी डोक्यावर एक उपकरण बसलं ज्यातील छोटे छोटे कनेक्शन डोक्याच्या काही पॉइंट्स ना कनेक्ट करत होते. मेंदुचा काही भाग, टाळु, डाव्या उजव्या बाजुचा कपाळा शेजारील भाग या सगळ्यावर ते कनेक्शन्स फिट बसले. एक उपकरण उजव्या हाताच्या दंडावर, एक उपकरण मनगटावर, एक दोन्ही पायांना फिक्स झालं.

"तयार आहात?" कनिका विचारते.

बाहेर असलेल्या डाव्या हाताचा अंगठा वर करुन दोघेही आपला होकार कळवतात. मेघना दिर्घ श्वास घेऊन डोळे मिटते.

कनिका प्रोग्राममधील 'स्टार्ट द जर्नी' या बटनावर क्लिक करते. उपकरणांतुन काही लेझर किरणे त्यांच्या त्वचेतुन शिरामध्ये, शिरामधुन रक्तामध्ये शिरतात. एक रासायनिक प्रक्रिया त्यांच्या शरिरभर सुरु होते. त्यांच्या पेशी उत्तेजित होऊ लागतात. मेघनाला मेंदुमध्ये काहीतरी घडत असल्याच जाणवतं. तिचं शरीर हळु हळु एक एक संवेदना सोडु लागतं. काही वेळाने तिचा मेंदु सुन्न होतो, अचानक हलकं झाल्यासारखं तिला वाटतं. ती डोळे उघडते. काही क्षणांपुर्वी यंत्र-तंत्रानी भरलेली खोली आता संपुर्ण रिकामी होती. ज्या पेटीमध्ये ते झोपले होते ती पेटीही नाहिशी झाली होती. कनिकाही नाहीशी झाली होती. समोर फक्त विवान होता.

"मेघना, जादुई दुनियेत तुझ स्वागत आहे." दिर्घ उसासा घेत उत्साहाने मेघना स्वतःशीच पुटपुटते.

"चलायचं?" विवान विचारतो.

"ही काय तुझ्या मागे मागे." मिश्कीलपणे हसत ती उद्गारते आणि दोघे बाहेर पडतात.

२

जादुई जग

हळुहळु काळोख सरुन सुर्याची किरण डोंगर रांगांतुन, झाडाझुडुपातुन, धुक्यातुन वाट काढत अलगद जमिनीवर अवतरत होती. त्यात कोणाचीतरी निरंतर बडबड आणि मधुनच खळाळणार हसु वातवरणात घुमत होतं. तिची फक्त अंधुकशी सावली दिसत होती. खांद्यावर रुळणारे तिचे कुरळे केस वाऱ्यामुळे हवेत झुलत होते. ती बोलता बोलता समोर धावत होती, धावता धावता मध्येच हसत होती, हसता हसता मागे वळुन पाहत होती, पुन्हा खळखळुन हसत होती.

"राघव.." तिने तिच्या खळाळत्या आवाजात जोराने हाक मारली आणि राघवने डोळे उघडले. स्वप्न होत ते.

छताकडे पाहत बराच वेळ तो तसाच पडून राहिला. रोजचंच झालं होत ते. तिच्या आठवणी त्याची पाठ सोडत नव्हत्या आणि तो त्यांची.

इतक्यात कोणीतरी दरवाजा ठोठावला. त्याने दरवाजा उघडला. बाहेर समर उभा होता.

"राघव तयार हो लवकर. तात्काळ बैठक बोलाविली आहे." तो उद्गारला.

"इतक्या लवकर. का?"

"मलाही ठाऊक नाही पण काहीतरी महत्वाच कारण असाव."

"ठिक आहे. ५ मिनिटात तयार होऊन येतो." राघव उद्गारला.

दरवजा लावुन राघव त्याच्या पोषाख कक्षात आला. आत एक माणुस सहज उभा राहु शकेल असा काचेचा चौकोनी पारदर्शक मंच होता. त्याला लागुनच हवेत तरंगणारं इलेक्ट्रॉनिक यंत्र होतं. राघवने प्लॅटफॉर्मवर उभा

राहून यंत्रावरील पटल सुरु केलं. त्यावर खुप सारे पर्याय दिसु लागले. अन्न, वस्त्र, शुज, संगित, पुस्तके, व्यायाम अशी यादी पटलावर अवतरली. त्याने वस्त्रे या पर्यायावर जाऊन क्लिक केलं. त्यातही दोन पर्याय आले; साधारण आणि गणवेश. त्याने गणवेश पर्याय निवडला. पटलावर वेगवेगळ्या प्रकारचे व्यावसायिक पोषाख अवतरले. त्यापैकी त्याने काळ्या रंगाचा सुट निवडला. नंतर शुजचे बटण दाबुन त्यातील काळ्या रंगाचे त्याच्या पोषाखाला साजेशे बुट निवडले. प्लॅटफॉर्मच्या तळामधुन काही किरणे उत्सर्जित झाली ज्यांनी राघवला गोलाकार घेरलं. काही क्षणांतच राघव त्याच्या गणवेशात तयार झाला. केसावरुन हात फिरवत तो खोलीच्या बाहेर पडला. बाहेर समर त्याची वाट पाहत होता. दोघेही ऑफिस च्या दिशेने जाऊ लागले.

त्यांच्या वसाहतीपासुन ऑफिस १० मिनिटांच्या अंतरावर होतं. मुख्य रस्त्याच्या एका बाजुला त्यांची वसाहत होती. बऱ्यापैकी सर्व अधिकारी तिथेच वास्तव्यास होते, तर दुसऱ्या बाजुला 'स्वर्ण' ही विधीच्या क्षेत्र ९६ ची प्रशासकिय ईमारत होती. स्वर्णरक्षक या गटाच्या नावावरुन त्या इमारतीचं नामकरण 'स्वर्ण' करण्यात आलं होतं.

स्वर्ण, १७ मजली गोलाकार काचेची भव्य वास्तु. इमारतीच्या मधोमध विस्तृत असा खुला आवार होता. त्या आवारात अगदी मधोमध एक उंच स्तंभ होता. वर नजर फिरवली तर नजरेच्या ही टप्प्यात न मावणाऱ्या त्या स्तंभाच टोक ढगामध्ये दडुन गेलं होतं. स्तंभाभोवती एक सुंदर आकर्षक कारंजं होतं ज्यामुळे इमारतीच्या अंतर्गत रचनेला एक वेगळीच शोभा आली होती.

* * *

स्तंभाच्या बाजुला उभा राहुन वेद त्याला न्याहाळत होता.

"काय विचार करतोस एवढा?" त्याच्याजवळ उभा असलेला त्याचा मित्र नरेन उद्गारला.

"हा स्तंभ.. प्रत्येक प्रशासकिय इमारतीच्या आवारात असेल ना?"

"हो. मी तरी तस ऐकलय."

"काय प्रयोजन असेल याला इथे उभारण्याचं?"

"कदाचित दूरसंचार यंत्रणेचा टॉवर असेल हा. इतर क्षेत्रांसोबत संपर्क साधण्यासाठी बांधला असेल."

"असु शकतो... संपुर्ण ब्रम्हांडाशी संपर्क ठेवायचा म्हटल्यावर इतका उंच स्तंभ गरजेचा पण आहे."

"हो ना, अस म्हणतात याचा टोक आज तागायत कोणीच पाहिल नाहिये."

"हो मी ही असाच काहीतरी ऐकलय. याला निर्माण करणारा नक्कीच कोणीतरी असामान्य व्यक्ती असेल."

"हो ना.." थोडा वेळ थांबुन नरेन विचारतो, "काय झालं वेद?"

"मला याचा कळस पहायचा आहे."

"ते अशक्य आहे. केवळ दैवी शक्तींच वरदान लाभलेल्या व्यक्तीच स्तंभाच्या दिव्य शक्तीचा अनुभव घेऊ शकतात, त्या कळसापर्यंत पोहचु शकतात."

"हो, वाचलं आहे मी हे..." वेद हळुहळु पुटपुटतो.

"मग तुला हे ही माहित असेल आतापर्यंत कोणीच तिथे पोहोचलं नाहिये, म्हणजे कोणी पोहचु शकलं नाहिये."

"केवळ दोन व्यक्ती सोडुन." वेद पुटपुटतो.

"दोन. कोणत्या दोन व्यक्ती?" नरेन आश्चर्याने उद्गारतो.

"आर्य मलाय."

"आर्य मलाय आणि?"

"दुसरी व्यक्ती नाही शोधता आली." थोडा विचार करुन तो पुन्हा बोलतो, "जर आर्य तिथे पोहचु शकतात ती दुसरी व्यक्ती पोहचु शकते तर मग आपण का नाही?"

"कारण आपण सामान्य आहोत वेद. हा स्तंभ रचणारे असामान्य होते, आर्य असामान्य आहेत, त्याना वरदान आहे, ती दुसरी व्यक्ती जी कोण असेल तिला देखिल काहीतरी वरदान असेल म्हणुन ते तिथे पोहचु शकले

असतील कळसाला पाहु शकले असतील, एक वेळ आपण हिमालयाच्या शिखरावर पोहचु, चंद्रावर पोहचु पण हा कळस? हा कळस आपल्या क्षमतेच्या बाहेर आहे."

"कोणीच सामान्य नसतं नरेन फक्त त्यांच्यातील असामान्य त्याना सापडलेल नसत. माझ लक्ष हा कळस शोधण नाहिये. माझ लक्ष माझ्यातील ते असामान्य शोधणं आहे." वेद उद्गारतो

"ते शोधणच तर अवघड आहे." नरेन बोलतो.

"पण अशक्य तर नाही." नरेनच बोलण अर्ध्यातच थांबवत वेद उद्गारतो.

"तु करुन दाखव ते शक्य. असाही तु आमच्यात सगळ्यामध्ये वेगळा आहेस. काय सांगाव असामान्य ही असशील. आम्ही आपली साधी सामान्य माणसं आहोत; आमच्याच्याने ते नाही होणार मित्रा. आमचा या जगातला शेर भरला की आम्ही चाललो पलिकडच्या जगात." हात जोडुन नरेन चेष्टेने बोलतो, "आता इथुन निघुयात, लेक्चरला उशीर नको व्हायला."

ते दोघेही त्यांच्या वर्गाच्या दिशेने चालु लागतात. त्यांच्या पाठोपाठ राघव आणि समर धावत येतात. राघवचा धक्का लागुन वेदच्या हातातील नोटपॅड खाली पडतो,

"माफ कर." धावता धावता राघव वेदची क्षमा मागतो.

"काहीतरी विचित्र घडतय." वेद पुटपुटतो.

* * *

समर आणि राघव लिफ्टमध्ये शिरतात. आत शिरताच समर सातव्या मजल्याचे बटण दाबतो.

"सुप्रभात..." आधीच आत असलेली मेघना दोघांकडे पाहुन हलकस स्मित करत उद्गारते.

"तुम्ही पण आलात का?" मेघनाकडे पाहुन नाराजीच्या स्वरात समर टोमणा मारतो आणि हळुच राघवच्या कानाजवळ कुजबुजतो, "यानापण बोलावल आहे म्हणजे नक्कीच काहीतरी गडबड आहे."

"आलो नाही आम्हाला बोलावण्यात आल आहे. तुम्हाला काही कल्पना आहे का की एवढ तातडीने आम्हाला का बोलाविण्यात आल असेल." विवान शांतपणे उत्तर देतो.

"नाही. आम्हाला काही कल्पना नाही." राघव उद्गारतो.

७ व्या मजल्यावर पोहचताच चौघेही लिफ्टच्या बाहेर पडतात.

"आपल्याला पाहिल्यावर यांचे चेहरे असे होतात की जणु भुतच पाहिलयं. मला सांग विवान नक्की भुत आहे तरी कोण आपण की हे?" मेघना विवानच्या कानाजवळ कुजबुजते

"आपल्या जगात हे भुत आणि यांच्या जगात कदाचित आपण भुत असु." विवान तिच्या शंकेचं गमतीशीर निरसन करतो. दोघेही कमी आवाजात हसु लागतात.

"आई ग!" डाव्या हाताच मनगट चोळत मेघना किंचाळते. तसे राघव आणि समर मागे पाहतात.

"सगळ ठिक आहे ना?" राघव काळजीने विचारतो.

"हो. एक दम फर्स्ट क्लास." बळजबरीच हसु ओठांवर आणत ती उत्तर देते.

"किंचाळायला काय झालं?" राघव आणि समर पुढे गेल्यावर विवान तिला विचारतो.

"थांब जरा कळेल."

"स्स्स्स." यावेळी विवान त्याच मनगट चोळु लागतो, "रक्ताचा नमुना..."

"अर्थात. आभार तुझ्या बायकोचे. इतक्या हळूच सुई टोचते की त्याच्या झिणझिण्या अगदी इथपर्यंत जाणवतात."

पृथ्वीवर कनिकाने दुसऱ्यांदा त्यांच्या रक्ताचे नमुने घेतले. दोन्ही विश्वातल्या आत्मिक प्रवासा दरम्यान त्यांच्या शरिरावर होणाऱ्या परिणामांचा अभ्यास करण्यासाठी थोड्या थोड्या कालांतराने ती त्यांचा बि.पी., पल्स रेट चेक करत होती. रक्ताचे नमुने घेत होती.

"आभारी आहे सांगितल्याबद्दल." मेघनाला हाताला धरुन ओढत विवान तिला पुढे नेतो, "चला आता..आणि तुझ्या माहितीसाठी सांगतो ती तुझी मैत्रिण ही आहे.." चालता चालता तो तिला टोमणा मारतो.

ती पुढे काही बोलणार इतक्यात तो ओठांवर बोट ठेऊन तिला काही न बोलण्यास खुणावतो, "आपण पोहचलो आहोत."

समोर एक काचेचा भव्य दरवजा होता, त्यानी दरवाज्यातुन आत प्रवेश केला.

ते एक अर्धगोलाकृती सभागृह होतं. अंदाजे २००-३०० लोक बसु शकतील इतक विस्तृत होतं ते. अर्धगोलाकार पद्धतीनेच बैठकीची रचना करणेत आली होती. एकामागोमाग एक अशा खुर्च्यांच्या १५ ते २० रांगा होत्या. खुर्चीच्या प्रत्येक रांगेसमोर, प्रत्येक खुर्चीसमोर टेबलवर एक संगणक होता. समोर भिंतीवर एक मोठ पटल होतं. त्याच्याच समोर एक गोलाकार टेबल ठेवणेत आला होता.. फक्त प्रत्येक विभागाचे मुख्य पहिल्या रांगेत त्यांच्या नेमुन दिलेल्या ठिकाणी व मग नंतर विभागवार बैठक व्यवस्था करणेत आली होती.

काही विभागांचे मुख्य अधिकारी आधीच येऊन बसले होते. त्यांच्या सहकार्‌यांसोबत ते कामकाजाचा आढावा घेत होते. राघव आणि समर दोघेही पाहिल्या रांगेत शेजारी शेजारी खुर्चीवर बसले.

मेघना आणि विवानला शेवटच्या रांगेत बसण्याची व्यवस्था करणेत आली होती.

"मला एक कळत नाही हे लोक नेहमी आपल्याला शेवटचीच जागा का देतात." ती हळु आवाजात कुजबुजते.

"कारण इथे बऱ्याच लोकांना माहित नाही की आपण मनुष्य आहोत.."

मेघना आश्चर्य आणि गोंधळलेल्या नजरेने त्याच्याकडे पाहते, तेव्हा त्याच्या लक्षात त्याची चुक येते.

"भौतिक विश्वातील मनुष्य. "तो आपली चुक सुधारतो.

* * *

समोर भव्य पटलावर क्षेत्र ९६ चा घटनाचक्र दर्शक नकाशा झळकत होता.

[घटनाचक्र दर्शक नकाशा-

पृथ्वींवर घडणाऱ्या घटना दर्शवणारा चलचित्र नकाशा. या नकाशात प्रत्येक घटनाना त्यांच्या अनुकुलतेच्या आणि प्रतिकुलतेच्या आधारावर विभागण्यात आलेलं आहे, आणि त्या प्रत्येकाला एक रंगछटा देण्यात आली आहे. या घटनांचे एकुण चार प्रकार आहेत

१. अनुकुल घटना- नकाशावर हिरव्या रंगात प्रवाहित असणाऱ्या घटनाना अनुकुल घटना म्हटलं जातं. मानवी जीवन सुरळीत आणि संतुलित ठेवणाऱ्या घटना म्हणजे अनुकुल घटना.

२. पर्यायी घटना- अनुकुल घटनेला पर्याय असणारी घटना म्हणजे पर्यायी घटना. जिच्यामुळे काही कालावधीकरिता घटनाचक्र असंतुलित होत पण त्यामुळे घटनाचक्र व घटना याना इजा पोहोचत नाही. ही घटना पिवळ्या रंगात प्रवाहित असते.

३. प्रतिकुल घटना - मानवी जिवनात, गुंतागुंत आणि असंतोष निर्माण करणाऱ्या घटना म्हणजे प्रतिकुल घटना. या घटना तांबड्या रंगात प्रवाहित आहेत.

मानवी स्वभाव आणि तत्कालिन परिस्थिती वरुन घडणाऱ्या घटनांच्या संभाव्यता कयासच्या सुत्रांच्या प्रोग्रामच्या मदतीने काढल्या जातात. हे काम गणित विभाग करतो. या संभाव्यतामध्ये वरील तीन प्रकारांचा समावेश असतो. व्यवस्थापन विभाग संभाव्यतांपैकी अनुकुल घटना घडतील याची दक्षता घेतो. परंतु अनुकुल ऐवजी जर पर्यायी किंवा प्रतिकुल घटनांपैकी एक घटना त्या ठिकाणी घडली तर कमीत कमी वेळात त्याना अनुकुलतेच्या प्रवाहात वळविण्याचं कामदेखील व्यवस्थापन विभाग करतो. जितका जास्त वेळ घटनाचक्राला प्रतिकुल प्रवाहातुन अनुकुल प्रवाहात येण्यास लागेल तितका असंतुलनाचा धोका बळावतो.

या तीन घटना प्रकाराव्यतिरिक्त काही घटना घडल्या जातात, ज्या संभाव्यतामध्ये दिसुन येत नाहित. त्याना अनपेक्षित घटना अथवा अपघात

म्हटल जात. या घटना लाल रंगाने प्रवाहित असतात. या घटनामुळे निर्माण झालेली ईजा ही भरुन न निघण्यासारखी असते आणि या घटनेनंतर घटनाचक्र पुन्हा केव्हा सुरळीत होईल याची खात्री ही नसते. हे घटनाचक्राला विधी मध्ये संवेदंशील घटनाचक्र म्हटल जात ज्याला पुर्वपदावर आणण्यासाठी खास समिती तयार करण्यात आली आहे.]

* * *

"आले का सगळे?" सत्त्या घाई घाईने आत आला. त्याच्या सोबत त्याचे इतर काही सहकारी ही होते. सत्त्या जसा आत आला तसे सगळे उठुन उभे राहिले.

सत्त्या स्वर्णचा मुख्य कार्यकारी अधिकारी होता, क्षेत्र ९६ चा क्षेत्रप्रमुख होता. २००० वर्षांपूर्वी वयाच्या ५८ व्या वर्षी त्याचा भौतिक विश्वात मृत्यु झाला होता. तेव्हा पासुन तो स्वर्ण मध्ये काम करत होता. साध्या दुतापासून स्वर्णच्या क्षेत्र प्रमुखापर्यंतचा त्याचा प्रवास संघर्षमय तर होताच पण सोबतच उल्लेखणीयही होता. ज्याने त्याला अधिक समर्थ, निर्भीड आणि जबाबदार बनवलं होतं. त्याची देहयष्ठी एका वृद्धाची होती पण त्याच्या व्यक्तीमत्वात चैतन्य होत, दरारा होता. पायातील बुटा पासुन डोक्यावर चापुन बसविलेल्या करड्या केसांपर्यंत सगळ काही निटनेटक आणि टापटिप होत. म्हणुनच आख्ख्या सभागृहात तो उठुन दिसत होता. त्यांचा प्रमुख शोभत होता.

सत्त्याने सर्वांना बसायला सांगितल.

"सत्त्या, अशी अचानक बैठक बोलावण्याच कारण?" कायदा विभागाचा मुख्य अधिकारी उद्गारला.

"सांगतो." त्याने टेबल वरील रिमोटच्या सहाय्याने त्याने समोरच्या पटलावरील नकाशा हळू हळू लहान केला, आता क्षेत्र ९६च्या अवती भोवतीची क्षेत्रे दिसु लागली.

सत्त्याने क्षेत्र १८ वर जाऊन पुन्हा नकाशा मोठा केला.

नकाशा पाहुन खोलीत एकच खळबळ उडाली.

"गेल्या काही दिवसांपासुन क्षेत्र १८ मध्ये एक समस्या निर्माण झाली आहे. सर्वेक्षणाअंतर्गत अस लक्षात आल की कयासच्या संभाव्यता दर्शविणार्या प्रोग्राममध्ये काहीतरी तांत्रिक बिघाड झाला आहे. ज्यामुळे यंत्रणेत ठराविक अपघात दिसत नाहित आणि परिणामी त्या टाळुन नविन अनुकुल घटना प्रस्थापित करता येत नाहित.

"कोणते ठराविक अपघात सत्त्या. आम्हाला स्पष्ट कळेल का?" गणित विभागाच्या मुख्य रायमा यानी विचारल.

"आत्महत्या.." सत्त्या गंभीरपणे उद्गारला, "लोक स्वत:ला संपवु लागले आहेत."

सभागृहात कुजबुज सुरु झाली.

"पण हे घडलं तरी कसं?" समरने विचारलं.

त्याचा तपास चालु आहे. श्रेणी अ अर्थात संतुलन समितीने तेथील यंत्रणेचा ताबा घेतला आहे. क्षेत्राच्या सर्व सीमा बंद केल्या आहेत. पण कयासचा वापर जागतिक स्तरावर केला जातो त्यामुळे या तांत्रिक बिघाडाची झळ आपल्याला ही बसल्या शिवाय राहणार नाही. त्याची पुर्वकल्पना देण्यासाठीच आजची ही बैठक बोलाविण्यात आलेली आहे.

"सहाजिकच आहे. आपली संपुर्ण यंत्रणा एकमेकाना जोडलेली आहे. एका ठिकाणी काही बिघाड झाला तर त्याचा परिणाम संपुर्ण यंत्रणेवर होतो. वेळीच यावर उपाय शोधला गेला पाहिजे. आपणही वेळीच हालचाल करायला हवी अन्यथा परिस्थिती हाताबाहेर जाईल." राघव उद्गारला.

"त्याचीच तर भिती आहे. पिवळा पट्टा संतुलित करता येईल. लाल पट्टादेखिल येईल पण काळा पट्ट्यात जर गोष्टी गेल्या तर परिस्थिती भयानक होऊन जाईल? आणि तेव्हा संतुलन समितीही काही करु शकणार नाही." सत्त्या उद्गारतो, त्याच्या बोलण्यात काळजी आणि भिती जाणवु लागते.

"अस काही घडणार नाही, सगळं पुन्हा सुरळीत होईल. तु फक्त आदेश दे." समर उद्गारतो. त्याला इतर सगळे दुजोरा देतात.

"आपल्या सर्व सिमा बंद कराव्या लागतील. सर्व उपग्रह, आपली यंत्रणा यांचा बाहेरच्या उपग्रह व यंत्रणांशी संपर्क तोडण्यात आला आहे. इथे येण्यापुर्वी त्या गोष्टी मी पार पाडुन आलो आहे."

"रायमा संभाव्यतेशी निगडीत सर्व सुत्रे समिकरणे कमीत कमी वेळात आणि अचुक बनविली जातील. याची खबरदारी तुला घ्यायची आहे.

तांत्रिक विभाग, कयासची यंत्रणा निट तपासुन पहा. कुठे नविन-जुना कसलाही विषाणु आढळुन आला, त्याला तात्काळ नष्ट करा. माझ्या आदेशाची वाट पाहु नका. या व्यतिरिक्त काही समस्या असेल लगेच कळवा."

राघव येणार्या काळात तुला खुप मोठी जबाबदारी पार पाडायची आहे. त्यामुळे आधीच सर्व मानवी नियंत्रणांचा आढावा घे. तुझ्या अधिपत्त्यात असणार्या सगळ्या अधिकार्याना आदेश दे काहीही झालं तरी हिरवा पट्टा ओलांडायचा नाही. चुकुन वेळ आलीच तर नियोजन, नियंत्रण आणि व्यवस्थापन तात्काळ झालं पाहिजे. तिथे हलगर्जीपणा किंवा दिरंगाई चालणार नाही. छोटीशी चुक ही खुप महागात पडेल आपल्याला."

नंतर सगळ्याकडे पाहत तो बोलतो, "कोणाला काही शंका?"

"सत्त्या या तांत्रिक बिघाडावरील उपाय योजनांची काय स्थिती आहे." एक अधिकारी विचारतो.

"आधी बिघाड तर समजु द्या काय आहे ते." सत्त्या निराश होऊन उद्गारतो, "प्रार्थना करा की लवकरात लवकर या बिघाडाच मुळ आपल्याला सापडेल. नाहीतर..."

सत्त्या अर्ध्यातच थांबतो. त्याची शांतता सर्वाना वादळापुर्वीच्या शांततेसारखी वाटु लागली. मान खाली घालुन काही क्षण तो तसाच बसुन राहतो. मग स्वतःला सावरत पुन्हा सगळ्यांकडे पाहुन उद्गारतो,

"या आता सगळे. ताबडतोब कामाला लागा. परिस्थिती कशी ही असो मला वेळोवेळी कळवत रहा."

* * *

सर्व अधिकारी सभागृहातुन बाहेर पडु लागतात.

"सत्त्या आमच्यासाठी काही आदेश." विवान टेबलजवळ येऊन उद्गारतो.

"मी तुम्हाला आदेश नाही देऊ शकत मित्रा कारण ना आपण पदाने एकमेकांशी जोडलो आहोत ना जगाने. हा मात्र एक विनंती करु शकतो, आत्ताच्या बैठकीमध्ये तुम्हाला कळलच असेल की येत्या काळात काही अनपेक्षित घटना पृथ्वीवर घडण्याची शक्यता आहे, आम्ही आमच्या परीने त्या टाळण्याचा प्रयत्न करत आहोत, पण तरीही तुमच्या काही वेगळं निदर्शनात आल तर आम्हाला निश्चीत कळवा. प्रसंगाची एक वेगळी बाजु तुमच्या दृष्टीकोनातुन समजुन घेऊन प्रश्न सोडवता येतो का त्यासाठी तुमची मदत हवी आहे आणि म्हणुनच तुम्हाला इथे बोलविण्यात आल आहे."

"आमच आयुष्य सुरळीत चालावं म्हणुन तुम्ही सगळे प्रयत्न करत आहात. यासाठी तुमचे कितीही आभार मानले तरी कमीच आहेत. आणि राहता राहिला प्रश्न आमच्या मदतीचा तर तुम्हाला सहकार्य करुन आम्ही तुम्हाला नाही तर स्वतःलाच मदत करु." मेघना कृतज्ञतेने बोलते, "पृथ्वीला सुरक्षित ठेवणारं हे जग सुरक्षित असेल तर पृथ्वी सुरक्षित राहिल. नाही का?"

"आम्ही फक्त आमचं काम करत आहोत. पण तु केलेल्या प्रशंसेबद्दल धन्यवाद." सत्त्या बोलतो, "आता कामाचं बोलुयात तुम्हाला तुमच्या संगणकावर काही संदेश येतील, काही सुत्रे येतील त्याचा वापर करुन पृथ्वीवरील काही घटना तुम्हाला तुमच्या पातळीवर हाताळता येतील. फक्त पुढचे काही दिवस काही महिने तुम्ही तटस्थ रहा आणि वेळेत उपलब्ध रहा."

"ठिक आहे."

"चला मग लागा कामाला."

"हो."

विवान आणि मेघना त्याचा निरोप घेऊन निघतात. इतक्यात विवानला काहीतरी आठवत आणि तो पुन्हा सत्त्याजवळ येतो.

"सत्त्या मला माहित आहे ही योग्य वेळ नाही. पण पुन्हा केव्हा येण होईल ठाऊक नाही आणि म्हणुनच एक विचारायच होत?" तो अडखळत बोलु लागतो,

"मला अंदाज आहे तुला काय विचारायच आहे ते. पण तरी निसंकोचपणे विचार."

"सत्त्या मला माझं संशोधन चालु ठेवायचं आहे."

"हे बघ विवान मी या आधी ही तुला सांगितल आहे, प्रत्येक गोष्टीची वेळ ठरलेली आहे. तुझ्या शोधासाठी तुमचं जग आणि तिथले लोक अझुन तयार नाहीत. तुझ्या शोधाचा गैरवापर होईल आणि त्या संकटाला सामोर जाण्यासाठी आम्ही देखील आत्ता तयार नाही आहोत. तु पाहतो आहेस, प्रत्येक दिवस एका नविन आव्हान सामोर घेऊन येत आहे."

"मी समजु शकतो, मी माझ संशोधन नाही सुरु करणार; जोपर्यंत तुम्ही त्याला संमती देत नाही तो पर्यंत तरी."

"ठिक आहे आणि एक गोष्ट लक्षात असु दे की आमचं लक्ष आहे तुमच्यावर."

"हो." अस म्हणुन खाली मान घालुन तो तेथुन बाहेर पडतो.बाहेर मेघना त्याची वाट पाहत उभी असते.

"काय मग मिळाली का परवानगी?"

"तुर्तास तरी नाही.."

"मी सांगत होते तुला. यांच्याशी पंगा घेणं परवडणार नाही आपल्याला."

"आणि वेळेची वाट पाहत थांबुन राहण मला परवडणार नाही." तो हळुच पुटपुटतो आणि झपझप पुढे चालु लागतो.

"एक एक मिनट काय म्हटलास तु??" मेघना त्याच्या मागे चालत उद्गारते...

* * *

लिफ़्टच्या जवळ आल्यावर विवान थांबतो. इकडे तिकडे पाहतो. मेघनाचा हात ओढुन तिला दुसऱ्या बाजुला घेऊन जातो.

“विवान कुठे घेऊन चालला आहेस मला? आपल्याला परत जायचं आहे.” विवानचा हात झटकत मेघना चिडुन बोलते.

“जाऊया मेघना आधी जरा फेरफटका तर मारु.”

“फेरफटका?” आपल्या दुसऱ्या हाताने त्याला थांबवत मेघना मोठ्याने ओरडते.

मागे वळुन विवान तिला शांत राहण्यास खुणवतो.

“विवान आपल्याला इथे फिरण्याची....” ती हळुच कुजबुजते.

“परवानगी नाहीये. माहित आहे मला.” तो वैतागुन बोलतो.

“मग चल ना परत. कोणी आपल्याला अस इकडे तिकडे फिरताना पाहिल, तर माहित आहे ना ते काय करतील? आपली समांतर विश्वाशी संबंधित संपुर्ण स्मृती नष्ट करतील, आपल्याला दिलेली उपकरणं परत घेतील. तुझ्या अतिउत्साहीपणामुळे भविष्यातील सोड आपल्या वर्तमानातील संशोधनापासुन वंचित होऊ आपण.” ती वैतागून बोलते.

“हे बघ मेघना आपल्याकडे खुप कमी वेळ आहे. मला फक्त एकदा ही इमारत पहायची आहे, इथले वेगवेगळे भाग पहायचे आहेत. आता दोन मिनिटे शांत बस आणि हो मला कुठलाही सल्ला नकोय.” असं म्हणुन तो पुन्हा तिचा हात धरून तिला ओढत घेऊन जाऊ लागतो, “मागच्यावेळी अर्धी इमारत पाहिली होती आता उरलेली पहायची आहे.”

दोघेही लपत छपत एक एक विभाग फिरु लागतात.

“विवान...” कोणीतरी हाक मारत, दोघेही घाबरत घाबरत मागे वळुन पाहतात. समोरुन समर चालत येत असतो.

“तुम्ही गेला नाहित अझुन.” तो विचारतो.

“आम्ही... आम्ही रस्ता चुकलोय.काय आहे यापुर्वी फक्त एकदाच आलोय ना इथे तर जरा गोंधळल्यासारख झालय.” बिचकत मेघना बोलते, “तु सांगशील आम्हाला कोणत्या दिशेने जायचय ते?”

"समोरुन डाव्याबाजुला गेलास की तिथे लिफ़्ट आहे." समर सांगतो आणि पुन्हा दोघांकडे पाहत उद्गारतो, "आशा आहे आता तुमचा रस्ता चुकणार नाही."

"नाही. नाही चुकणार जातो आम्ही." मेघना उद्गारते आणि विवानला हाताला धरुन तेथुन चालु लागते.

"चुकलाच तर मी इथे उभा आहे." समर मागुन ओरडतो. दोघेही काही न बोलता मागे वळुनही न पाहता तेथुन पटपट चालु लागतात.

"हुश्श" लिफ्टमध्ये आल्यावर मेघना सुटकेचा निश्वास सोडते, "थोडक्यात वाचलो. नशीब तो समर होता, जर सत्त्या असता तर आपल काही खरं नव्हतं." विवानकडे पाहत ती चिडून बोलते, "मला सांग तुला भिती नाही का रे वाटत कशाची?"

"आधी तु मला सांग, २ मिनिट शांत बसायच तु काय घेणार? सतत आपली बडबड." विवान तिच्यावर खेकसतो तशी तोंडावर बोट ठेऊन ती एका कोपर्‍यात निमुटपणे उभी राहते.

"इमारतीचा प्लॅन पाठ करतोय तर कृपा करुन थोडावेळ शांत बस." सौम्य शब्दात तो तिला समजावतो आणि डोळे बंद करुन शांत उभा राहतो.

स्वर्णची इमारत, काचेची गोलाकार भव्य वास्तु आहे. ७ मजले आणि ३ तळमजले..जमिनीच्या स्तरावरील तळ मजल्यावर बरोबर मध्यभागी एक विस्तृत कारंज, कारंज्याच्यामध्ये एक उंच स्तंभ, पहिल्या मजल्यावर ग्रंथालय, विद्यार्थ्यांसाठी अभ्यासिका कक्ष, प्रयोगशाळा. दुसर्‍यामजल्यावर कायदा विभाग, गणित विभाग. तिसर्‍या मजल्यावर रक्षा विभाग, अतिदक्षता विभाग. चौथ्या मजल्यावर नियोजन, नियंत्रण, व्यवस्थापन विभाग, पाचव्या मजल्यावर तांत्रिक विभाग, सहाव्या मजल्यावर दुतावास आणि सभागृह.

तो हळुच डोळे उघडतो.

"पोहचलो आपण?"

"हो. केव्हाच आणि तुम्ही मला खास आदेश दिला होता शांत बसण्याचा मग माझी हिम्मत मी चकार शब्द बोलेल." तिने टोमणा मारला.

"मंडळ त्याबद्दल अभारी आहे. निघुयात का आता?" तो तिरकसपणे उद्गारतो.

"जेव्हा तुम्ही आदेश द्याल तेव्हा."

दोघेही लिफ्टच्या बाहेर येतात.

"मग काय झाला का नकाशा बनवुन?"

"नाही आझुन. सातवा मजला आणि तळघरं राहिली आहेत. तिथे जाता आल नाही म्हणुन."

ते दोघे एका खोलीजवळ येतात. विवान एक कोड दाबतो आणि समोरचा काचेचा दरवाजा उघडतो. आत गेल्यावर उजव्या बाजुला असलेल्या एका संगनकीय पटलावर विवान बोटाने शुन्य काढतो. आणि दोघेही तटस्थ उभे राहतात. त्यांच्या भोवती लेझर किरणांचा विळखा निर्माण होतो. विजेचा तीव्र झटका बसल्याच त्याना जाणवत. त्यांच शरीर सुन्न पडत, हळु हळु ते डोळे बंद करतात. अचानक उजेडातुन अंधारात आल्यासारख त्याना वाटु लागत. त्यांच शरीर जड होऊ लागत. शांतता नाहिशी होऊन विविध आवाज कानी पडु लागतात. मघाशी क्षणभरासाठी दाटलेला अंधार क्षमुन एका प्रकाशाने त्यांचे डोळे चमकुन निघाले.

अलगद त्यानी डोळे उघडले. सुरुवातीला अंधुक दिसणार हळु हळु स्पष्ट दिसु लागल. मेघनाने दिर्घ श्वास घेतला.

"परमेश्वरा पोहचलो अखेर." डाव्या हाताने बाजुला असलेल "रिलिज" हे बटण दाबते. शरिरावर घट्ट चिकटुन बसलेली उपकरणे एक एक करत निघु लागतात.

त्या दोघाना शुद्धीवर आल्याच पाहुन बाजुच्या केबिन मध्ये बसलेली कनिका घाई घाईत आत येते.

दोघेही पेटीतुन बाहेर येतात.

कनिका दोघानाही घट्ट मिठी मारते.

"तुमच्या या नेहमीच्या अग्नीदिव्यामुळे कधीतरी माझा जीव जाईल." कनिका काळजीने बोलते.

"चांगल आहे ना त्यानिमित्ताने ते जग पाहण्याची तुझी ईच्छा पुर्ण होईल." विवान कनिकाला चिडवत उद्‌गारतो.

"विसरु नकोस तु हे तुझ्या बायकोला बोलत आहेस..." चिडुन कनिका खोलीच्या बाहेर जाते

"आता तुझं काही खरं नाही." असं म्हणुन मेघनाही तिच्या मागोमाग चेंबरच्या बाहेर जाते.

"मला सवय आहे त्याची." विवान स्वत:शीच पुटपुटतो.

फ्रिजमधुन पाण्याची बाटली बाहेर काढुन मेघना घटाघट पाणी पिऊ लागते. तिचं समोरच्या घड्याळाकडे लक्ष जातं आणि तिला जोराचा ठसका लागतो.

"टाईम काय झालाय?" खोकत खोकत ती विचारते.

"१०.३० वाजले आहेत." कनिका उद्‌गारते, "रात्रीचे.."

"१२ तास? कसं शक्य आहे?" मेघना आश्चर्याने उद्‌गारते. "अस वाटलं दोन तीन तासच झाले असतील. जास्त वेळ नव्हतो आम्ही तिथे."

"त्यांचं कालचक्र आपल कालचक्र वेगवेगळ आहे. विसरलीस का?" अस म्हणुन मेघनाच्या हातातील बाटली घेऊन विवान त्याच्या केबीनमध्ये निघुन जातो. टेबलवर कनिकाने त्या दोघांचे दिवसभरातील वेगवेगळ्या टप्प्यातील वैद्यकीय रीपोर्ट ठेवलेले असतात, विवान त्यांच परीक्षण करू लागतो.

३

आत्मा ते परमात्मा

ढगांच्या कडकडाटात मुसळधार पाऊस कोसळत होता. स्वर्णच्या उत्तर सीमेवर एक मनुष्य अवतरला. उंचापुरा, पिळदार देहयष्टीचा तो मनुष्य एखाद्या राक्षसासारखा अवाढव्य दिसत होता. त्यात त्याचा क्रुर आणि उग् चेहरा, चालण्याची पद्धत जणु त्याची खात्री देत होते. त्याने काळ्या रंगाचा पेहराव केला होता. त्याला पाहुन सीमेवरील पाहरेकरी त्याच्या जवळ आले. त्यानी त्याच्याकडे ओळखपत्राची मागणी केली. त्याने आपल्या हातातील घड्याळाचे डायल फिरवले. एका पहारेकऱ्याने आपला इलेक्ट्रॉनिक टॅब उघडला आणि विचारलं, “कोड सांगा.”

“५७३०१२” त्याने कोड सांगितला. अधिकाऱ्याने तो कोड आपल्या यंत्रणेत टाकला. त्या व्यक्तीची माहिती पटलावर दिसण्या आगोदरच पहारेकऱ्यांच्या बेसावध असण्याचा फायदा घेऊन आपल्या खिशात हात घातला आणि एक सुऱ्या सारख धारदार शस्त्र बाहेर काढुन सपासप दोघांवर वार केले. क्षणभरात त्यांच्या शरीराचे सुक्ष्म तुकडे होऊन ते हवेत विरुन गेले. पुढे काही सुरक्षा रक्षकांनी त्याला घेराव घातला आणि त्याला त्यांच्या स्वाधीन होण्याचा इशारा दिला. तो गालातल्या गालात हसला. पापणी लवते न लवते त्याने एकेकाला मारायला सुरुवात केली यावेळी त्याने आपली शस्त्रे बाहेर काढली नव्हती. केवळ शारीरिक बळाच्या जोरावर त्याने १० ते १५ सुरक्षा रक्षकांना चितपट केलं होतं. त्यातील काही जणांनी प्राण गमावले होते तर काही जण गंभीर जखमी झाले होते. प्राण गमावलेल्या रक्षकांची शरीरं पहारेकरऱ्यांप्रमाणे हवेत विरुन गेली होती.

कोणी मागे येत नसल्याची खात्री झाल्यावर त्याने आपल्या हातातील घड्याळाचे डायल फिरवले आणि जसा तो अवतरला होता, तसाच पुन्हा अदृष्यही झाला.

* * *

सारवाण आश्रम, क्षेत्र-९६ च प्राचीन मुख्यालय, जे स्वर्णच्या मुख्य प्रशासकीय कार्यालयापासुन काहीशे किलोमीटर अंतरावर असलेल्या राई प्रदेशात होतं. राई निसर्गाचं वरदान लाभलेला हरित प्रदेश. उंचच उंच डोंगर रांगा, त्यामधुन वाहणारे झरे, हिरवी गर्द झाडी, घनदाट अरण्य, गुहाघरे आणि विलक्षण शांतता या सगळ्यानी राईला शोभा आणली होती. आणखी एक खास गोष्ट म्हणजे राईभोवती दैवी ऊर्जेच वलय होत, तिथल्या मातीच्या प्रत्येक कणांत, झाडाच्या प्रत्येक पानांत आणि पाण्याच्या प्रत्येक थेंबात दैवी शक्ती वास करत होती, एवढच नाही तर राई येथे आर्वी आणि पृथ्वीमधील महाद्वारांपैकी एक महाद्वार होतं. मृत्यु आणि पुनर्जन्माचा मध्यान्ह होता राई प्रदेश. म्हणुनच राईला पवित्र स्थान म्हणुनही ओळखल जातं.

राईची, सारवाण आश्रमाची जबाबदारी आर्य मलाय यांना सोपविण्यात आली होती. आर्य मलाय; एक तपस्वी होते. त्याचा चेहरा चंद्रासारखा सौम्य होता पण डोळे सुर्यासारखे तेजस्वी होते. शेकडो वर्षांपासुन ते राई आणि सारवाणसाठी निष्ठेने कार्यरत होते. स्वर्णचा कारभार सहज आणि सुरळीत चालावा, पृथ्वीवरील संतुलन राखल जावं यासाठी त्यांनी स्वत:च आयुष्यच समर्पित केलं होतं. त्यांना मोक्ष किंवा पुनर्जन्म दोन्ही पर्याय खुले होते पण त्यानी दोघांनाही न निवडता स्वर्णला निवडलं. ज्या ज्या वेळी स्वर्णवर, तिच्या कामकाजावर संकट आलं आर्य देवदुतासारखे धावुन आले आणि स्वर्णला त्या संकटातुन बाहेर काढलं आणि त्यामुळेच केवळ स्वर्णमध्येच नाही तर विधीमध्येही त्यांना एक आदराचं स्थान होतं. जग आधुनिक झालं होतं, विधीचा कारभार आधुनिक झाला होता, पण आर्यनी राईमध्ये तेथील प्राचीन संस्कृती अझुनही जिवंत ठेवली होती. जग कितीही पुढ गेलं, काळ कितीही बदलला तरी अटीतटीच्या वेळी प्राचिन विद्या, प्राचिन तंत्रेच उपयोगी पडणार आहेत असं त्यांच ठाम मत होतं.

आर्य स्वर्णचे मार्गदर्शक तर होतेच, पण तेथील विद्यापिठाचे ते कुलगुरुदेखील होते. आत्मिक जागृती आणि त्यासंबंधित इतर विषय ते विद्यापिठातील विद्यार्थ्याना शिकवत असे. कधी मुख्यालयात, तर कधी राईमध्ये त्यांच्या अभ्यासिका घेतल्या जात..

* * *

ती वेळ विद्यार्थ्यांच्या ध्यान साधनेच्या अधिष्ठानाची होती. आर्य मलाय सर्वाना ध्यानसाधनेची विविध तंत्रे शिकवत होते.

"डोळे बंद करा. दिर्घ श्वास घ्या. श्वास धरुन ठेवा. आता एकाग्र व्हा तुमच्या अंतरात्म्याशी."

आर्य हलक्या स्वरात सुचना करत होते, त्याच्या समोर संस्थेतील सर्व विद्यार्थी ध्यानावस्थेत बसले होते.

"आता हळुहळु आजुबाजुच्या शांततेशी समरस व्हा. या शांततेतील स्वराना ऐकण्याचा प्रयत्न करा. हळुहळु तुमच्या श्वासोच्छवासाची लय त्या स्वरांच्या लयीसोबत जुळविण्याचा प्रयत्न करा. जेव्हा तुमची लय एकसंध होईल निसर्गाच्या तरंगाना स्पर्श झाल्याची अनुभुती तुम्हाला होईल.." ते काही क्षण थांबतात, "तुम्ही आत्म्याच्या जितक्या खोलवर जाल, ब्रम्हांडाच्या तितक्याच जवळ पोहचाल."

विद्यार्थ्याना मार्गदर्शन केल्यानंतर ते शांत बसुन प्रत्येककविद्यार्थ्याच निरीक्षण करु लागले, त्यांच्या सुक्ष्म हालचालींचे परिक्षण करु लागले.

काही काळानंतर एक एक विद्यार्थी डोळे उघडु लागतात.

वेद मात्र तसाच बसुन असतो. त्याच्याकडे पाहुन सर्वजण कुजबुजु लागतात. आर्य त्याना शांत राहण्यासाठी खुनावतात, त्याची आज्ञा घेऊन सर्वजण तेथुन निघुन जातात.

आर्य तसेच वेदच्या बाजुला बसुन राहतात.

"वेद... आता माझ्या अवाजाकडे लक्ष दे. मी काय म्हणत आहे ते ऐक. तुझ्या श्वासोच्छवासाकडे लक्ष दे. तुझ्या अंतरात्म्याचा निरोप घे, त्याचा

हात सोड, त्याला मोकळ कर. परत ये आपल्या जगात... आता हळुहळु डोळे उघड."

वेद सावकाशपणे डोळे उघडतो. समोर आर्यचा तेजस्वी चेहरा त्याला दिसतो.

क्षणभर दोघेही काही बोलत नाही.

"खुप लांब गेला होतास. मला वाटलं नव्हतं परतीच तंत्र मला इतक्या लवकर शिकवावं लागेल." हलकस स्मित करत ते बोलतात.

"परतीच तंत्र? मला समजल नाही."

"वेद, एकदा सीमा ओलांडली की परतीचा प्रवास अवघड होऊन जातो. आत्मा भरकटण्याची शक्यता बळावते. जोपर्यंत तु परतीचं तंत्र शिकुन घेत नाहीस तो पर्यंत सीमा ओलांडु नकोस."

"पण मला सीमा दिसत नाही, दिसतो तो फक्त काळोख. आणि मी चालत राहतो त्या काळोखात."

"मग त्या काळोखात दडलेला प्रकाश आधी शोध, तो सापडला की सगळं स्पष्ट दिसु लागेल. मग करुयात आपण पुढचा प्रवास."

वेद गोंधाळल्यासारखा त्यांच्याकडे पाहु लागला.

"ही तर फक्त सुरुवात आहे. तुला तर आझुन लांबचा पल्ला गाठायचा आहे." वेदच्या पाठीवरुन हात फिरवत ते उद्गारतात, "तुझ्यात इतरांपेक्षा वेगळी आणि खास उर्जा दडलेली आहे. उचित वेळ आली की त्याची अनुभुती येईलच तुला, पण तोपर्यंत तुझे प्रयत्न आणि इच्छाशक्ती सोडु नकोस. आणि काही अडचण आलीच तर नि:संकोच मला येऊन भेट."

आर्य उद्गारतात आणि तेथुन निघु लागतात.

* * *

"आर्य." वेद त्यांना हाक मारतो, ते मागे वळुन पाहतात. वेद धावत त्यांच्या जवळ येतो. "एक विचारायचं होतं?"

"विचार ना?"

“आपल्या संस्थेच्या आवारात जो स्तंभ उभारला आहे, त्याच नेमक प्रयोजन काय आहे. म्हणजे तो नक्की कशासाठी उभारण्यात आला आहे?”

“तो स्तंभ आपला धर्मस्तंभ आहे. आणि तो केवळ एक वास्तु नाहीये वेद तो स्तंभ प्रतिक आहे संतुलन संस्थेतील त्या प्रत्येक रक्षकाच्या संघर्षाचं, शौर्याचं आणि त्यागाचं जो सारे मोहपाश सोडुन या सृष्टीच्या रक्षणासाठी झटत आहे. तो स्तंभ प्रतिक आहे सहयोगाचं, एकात्मतेचं, आत्मियतेचं त्या प्रत्येक घटकाच्या प्रती जो या सृष्टीचा समतोल राखण्यासाठी कटीबद्ध आहे. तो स्तंभ प्रतिक आहे श्रद्धेचं, कृतज्ञतेचं त्या महाशक्तीच्या प्रती जिच्यामुळे आपण आहोत, जिच्यामुळे आपण सुरक्षित आहोत. तो स्तंभ केवळ एक वास्तु नाही, आपला गौरव आहे, पुज्यनीय आहे..”

आर्यांच्या उत्तराने वेद निशब्द होतो.

“आणखी काही शंका आहे का मनात?” त्याच्या मानातील घालमेल त्यांच्या लक्षात येते,

“स्तंभाचा कळस कोणीच पाहु शकत नाही, तुम्ही सोडुन हे खरं आहे का?”

“कोण म्हटल असं?”

“लोक म्हणतात.”

“काय म्हणतात?”

“स्तंभाचा कळस दैवी आहे, ज्यांच्यात दैवी शक्ती आहेत केवळ तेच लोक तो पाहु शकतात. सामान्य लोक तिथपर्यंत पोहचु शकत नाहित.”

“हो हे खरं आहे.”

वेद निराश होऊन खाली मान घालतो. त्याच्या हिरमुसलेल्या चेहऱ्याकडे पाहुन आर्य बोलतात,

“आपण सामान्य आहोत की असामान्य हे सर्वस्वी आपल्या हातात आहे.”

“म्हणजे?” मान वर करुन तो त्यांच्याकडे प्रश्नार्थक नजरेने पाहु लागला. त्यांचा संकेत त्याला समजत होता पण उमगत नव्हता.

"व्यक्ती तो पर्यंत सामान्य आहे जो पर्यंत त्याच्यातील असामान्य त्याला सापडत नाही. तुच म्हटला होतास ना, विसरलास?"

"हो, पण मी हे नरेनला म्हटलो होतो, तुम्हाला कसं कळलं?" वेद आश्चर्याने विचारतो.

"साधनेचे काही फायदे आहेत वेद, तुला ही त्यांचा लाभ घेता येईल. पण मी म्हटलो तसं आधी तुला तुझ्यातील असामान्य शोधावं लागेल."

"तेच असामान्य शोधायच कसं आर्य?"

"असं दुसऱ्या कोणाच्यातरी सांगण्यावरुन ते कसं सापडेल. त्यासाठी तुलाच प्रयत्न करावे लागतील."

"प्रयत्न करतोय आर्य पण अंधारात मनुष्य फक्त चाचपडत राहतो, तसा मी ही चाचपडतोय; ना मला मार्ग सापडतोय ना हा अंधार सरतोय. उर्जा आणि वेळ दोन्ही हातातुन निसटत चाललेत. माझ्या प्रयत्नाना योग्य दिशा हवी आहे आर्य तरच माझी ध्येयपुर्ती होईल आणि तरच माझ्या प्रश्नांची उत्तरे मला भेटतील नाहीतर सगळ व्यर्थ आहे."

"अंधारात चालत असलेला माणुस कधीच चाचपडत नाही वेद. त्याला मार्ग भेटला नाही तर तो स्वतःचा मार्ग निर्माण करतो; फक्त त्याने चालत राहिल पाहिजे. प्रयत्नांच ही तसच आहे त्याना दिशेची नाही सचोटीची गरज असते. सचोटीने प्रयत्न कर तुला दुसऱ्यांनी दिशा दाखविण्याची आवश्यकता भासणार नाही. तुझी दिशा आणि ध्येय तुलाच गवसेल."

त्याच्या खांद्यावर विश्वासाचने थाप टाकत त्याचा निरोप घेऊन ते पुढे चालु लागतात. अचानक ते मध्येच थांबतात आणि मागे वळुन बोलतात,

"वेद आपल्या ग्रंथालयात बरेच ग्रंथ आहेत. जग आधुनिकतेकडे वळाल्यामुळे सगळ्यानी ग्रंथालयाकडे पाठ फिरवली आहे. धुळ बसलीये तिथल्या ग्रंथांवर. जमलच तर ग्रंथालयातील धुळ झटकुन काढ. काय सांगाव सामान्यातला असामान्य शोधण्याचा मार्ग तुला तेथे भेटेल." अस म्हणुन ते तेथुन निघुन जातात.

वेदला आर्यांचा हा इशारा तर समजलाच पण त्यासोबत त्याच्या पुढच्या प्रवासाची दिशा ही दिसु लागली.

४

असंतुलनाच्या दिशेने..

“जीया मागच्या महिन्याभरातील अनैसर्गिक मृत्युचा अहवाल हवाय मला ताबडतोब.” केबीनमध्ये जात असताना जियाच्या टेबलजवळ येऊन राघव तिला सांगतो.

“ठिक आहे सर. लगेच तुम्हाला पाठवते.”

आणि बाकी लोक कुठे आहेत?

“सर कार्यालय सुरु व्हायला आणखी वेळ आहे. “

“अरे हो. विसरलोच मी. अहवाल. विसरु नकोस. ताबडतोब.” असं म्हणुन तो त्याच्या केबिनमध्ये गेला.

त्याने खुर्चीवर बसुन टेबलावरील संगणकाच पटल चालु केलं. काही बटणं दाबली. क्षेत्र १८ चा नकाशा उघडला. बराच वेळ त्याकडे पाहत राहिला.”

“सर.” दरवाजातुन जियाने आवाज दिला. त्याने तिच्याकडे पाहिलं आणि आत येण्यासाठी खुणावलं.

“अहवाल तुम्हाला पाठवला आहे.” ती म्हणाली.

राघव ने क्षेत्र १८ चे पटल बंद केले आणि दुसरे पटल उघडले.

सर्व आकडे त्याने तपासुन पाहिले. नंतर क्षेत्र-९६ चे पटल उघडले. पटलावरील उजव्या बाजुच्या बटणाला स्पर्श केला, तशी समोरच्या भिंतिवर क्षेत्र ९६ चा नकाशा मोठ्या आकारात दिसु लागला.

रंग बदलत असलेल्या वेगवेगळ्या रेषा त्यावर होत्या. मुख्यत्वे करुन पांढऱ्या, हिरव्या, पिवळ्या, लाल रंगाच्या रेषा होत्या त्या. अगदी क्षणा क्षणाला त्या आपला रंग, दिशा, आकार बदलत होत्या. हे चौथं चक्र होतं.

डाव्या बाजुला खाली चौथ्या मानवी चक्राचा टॅब त्याने दाबला. एक उभी पट्टी पटलाच्या कोपऱ्यात अवतरली. जिथे चौथे चक्र नमुद होते त्याच्याच वर अनुक्रमे तृतिय चक्र, द्वितीय चक्र आणि प्रथम चक्र नमुद केले होते. एक एक करत त्याने प्रत्येक चक्र उघडुन त्याचा आढावा घेतला. नंतर त्याने सर्व घटना आलेख तपासले.

“तुम्ही काही पाहता की नाही?” राघव जियावर ओरडला, “मागच्या तीन महिन्यापासुन अनैसर्गिक मृत्युचा आकडा वाढत आहे. कोणाचच लक्ष कसं गेलं नाही यावर?”

जिया खाली मान घालुन त्याचं बोलण शांतपणे ऐकत होती.

“सगळ्याना ताबडतोब बोलावुन घे.”

“हो राघव.”

काही वेळातच राघवच्या विभागातले सगळे गट प्रमुख त्याच्या केबिनमध्ये उपस्थित झाले.

“कोणता विभाग आहे आपला?” त्याने गंभीर स्वरात विचारलं.

“नियोजन आणि व्यवस्थापन विभाग.” एकाने थरथरत्या स्वरात उत्तर दिलं.

“काय काम करतो आपण?” त्याने पुढचा प्रश्न विचारला.

“घटना चक्रानुसार सगळ घडत आहे का ते पाहतो, संभाव्यतामधील अनुकुल घटना घडण्यासाठी नियोजन करतो आणि...” एक मुलगी उत्तर देता देता थांबते..

“आणि?” राघव तिच्या कडे पाहत उद्गारतो. “दुर्घटना आणि त्यापासुन होणारी जिवीतहानी टळतील याची दक्षता घेतो. बरोबर ना?”

“पण मागच्या काही महिन्यांचा अहवाल पाहिला तर काही तरी वेगळच चित्र दिसुन येतय.”

“दुर्घटना, अनैसर्गिक मृत्यु, प्रतिकुलता यांचं प्रमाण वाढत चाललय. याचा परिणाम संतुलनावर होऊ शकतो, माहित आहे ना तुम्हाला?”

सगळे खाली मान घालु त्याचं बोलण ऐकत होते.

"तुमच्या शांततेमागे दोनच कारणे असु शकतात एक म्हणजे तुमचे प्रयत्न कमी पडत आहेत किंवा दुसरं तुमची इच्छा राहिली नाहिये इथे काम करण्याची. आणि तसं असेल तर सांगतो विधीने कोणालाही कधीच बांधुन ठेवल नाहिये. तुम्ही इथे आहात तुमच्या ईच्छेने. तुम्हाला निवृत्ती हवी आहे, तुम्हाला मिळेल, केव्हाही. पण त्यासाठी विधीचा पवित्र वारसा पणाला लावणार असाल तर तो खपवुन घेतला जाणार नाही."

न राहवून नील सगळा धीर एकवटून बोलु लागला,

"तुझा गैरसमज होतोय राघव. विधी आमच्यासाठी सर्वस्व आहे, आमची कर्मभुमी आहे. आम्ही आमचा जीवन प्रवास थांबवला आहे केवळ विधीसाठी..दिवस रात्र आम्ही प्रयत्न करतोय मनुष्यजीवन कसं सुरळीत चालु राहिल यासाठी." त्याने दीर्घश्वास घेतला, "गेल्या काही महिन्यांपासुन काहीतरी चुकतय हे आम्हाला जाणवत होतं, ते शोधण्याचाही आम्ही आमच्या परीने प्रयत्न करत होतो. पण नक्की काय चुकतय? कुठे चुकतय नाही शोधु शकलो. सत्त्याने जेव्हा सांगितल तेव्हा आम्हाला वाटल की कदाचित तेही कारण असाव पण यंत्रणेत वायरस काही दिवसांपुर्वी दाखल झाला आहे आणि आपली समस्या काही महिन्यांपासुन आहे त्यामुळे आम्ही काही बोललो नाही."

निलच्या उत्तराने राघवला जाणवलं की त्याने विनाकारण जास्त त्रागा केला आहे, जितकी जबाबदारी त्यांची होती व्यवस्थापन संतुलित ठेवण्याची तितकीच त्याचीही होती की त्याच्या सहकाऱ्यांना काही अडचण असेल तर ती सोडविण्याची. त्यामुळे नीलच्या बोलण्याने तो निशब्द झाला.

"राघव काही गंभिर आहे का?" राघवला चिंताग्रस्त पाहुन नीलने जरा दबकतच त्याला विचारलं.

"नाही... अझुन तरी." तो गंभीर स्वरात उद्गारला. "माफ करा तुमच्यावर असं चिडायला नको होतं. जशी तुमची जबाबदारी आहे तुमचं काम अचुक करण्याची, तितकीच ती माझीही आहे. चुक असेल तर ती आपल्या सगळ्यांची कोणाची एकाची नाही. इथुन पुढे मी लक्षात ठेवेन. तुम्ही जाऊ शकता."

सगळे निघु लागतात इतक्यात राघव त्याना पुन्हा थांबवतो, "आणि एक गोष्ट. यश मिळो अगर न मिळो तुमचे प्रयत्न थांबवु नका. संतुलन हे आपलं एकमेव उद्दिष्ट आहे हे विसरू नका."

✳ ✳ ✳

"असंतुलन वाढत चाललय समर." स्वर्णच्या काचेच्या भिंतीतुन बाहेर पाहत राघव उद्गारतो.

समर आणि राघव दोघेही त्यांच्या मजल्यावरच्या सामुहिक बैठकीच्या खोलीत उभे होते.

"म्हणजे? तुला म्हणायच काय आहे राघव?" समर विचारतो.

"मला खुप प्रकर्षाने जाणवतय की हा यंत्रणेतील फक्त एक तांत्रिक बिघाड नाहिये." तो उद्गारतो

"तांत्रिक बिघाड नाहीये. मग काय आहे."

"हा घातपात आहे."

दोघेही वळून पाहतात. मागुन सत्त्या चालत येत असतो.

"घातपात?" राघव आश्चर्याने उद्गारतो.

"हो. तुला काही वेगळं म्हणायच होतं का?"

"हो म्हणजे मला खात्री नाही अझुन." त्याची चल बिचल झाली. "घातपाताच काय बोलत होतात तुम्ही?"

"क्षेत्र १८ च्या तांत्रिक प्रणालीमध्ये बिघाड झालेला नाही तर तो करण्यात आला आहे."

समर ला धक्का बसतो, "पण हे कस शक्य आहे? आपली संपुर्ण यंत्रणा सजग असताना हे घडु तरी कस शकत?"

"संस्थेतलाच एक अधिकारी विद्रोही ठरला. पण हे इतक्यात बाहेर कळु देऊ नका. ही बाब तुर्तास गोपनिय आहे.."

"अरे देवा.. मग त्याला पकडण्यात आल आहे का?" समर काळजीत पडला.

"नाही; तो फरार आहे. पण रक्षा विभाग त्याचा शोध घेत आहे. नाहितर.."

"नाहितर काय?"

"नाहितर अस काही तरी घडेल जे आपल्या कल्पनेच्याच नाही तर आवाक्याच्या बाहेर असेल."

बेला धावत येते. "सत्त्या.... तुमच्यासाठी एक संदेश आला आहे." दिर्घ श्वास घेऊन ती पुन्हा उद्गारते, "रक्षा विभागातुन."

तिघेही गंभीर होतात.

घाई घाईत सत्त्या केबिनमध्ये येतो. त्याच्या पाठोपाठ राघव आणि समरही केबिनमध्ये येतात. सत्त्या टेबलावरचं पटल उघडुन इनबॉक्स तपासतो त्यातील एक मेसेज उघडुन पाहतो.

वाचता वाचता गंभिर झालेले त्याचे भाव राघव आणि समर टिपतात.

सत्त्या त्याच्या मनगटी घड्याळावरील बटणे दाबुन दुरध्वनी लावतो.

"अबीर माझ्या केबीनमध्ये ये तात्काळ" तो उद्गगारतो

"काय झालं आहे सत्त्या?"

"त्यांचा असा अंदाज आहे कि प्रणाली दुषित करुन फरार झालेला तो अधिकारी आपल्या क्षेत्रात दाखल झाला आहे."

"काय?" राघव आणि समर एका स्वरात उद्गारतात.

राघव आणि समरकडे पाहत तो पुन्हा बोलु लागतो, "आपल्याला त्याला शोधुन काढायचे आदेश देण्यात आले आहेत."

"देवा, आधीच प्रणाली बिघडल्यामुळे काम आणि ताण वाढलाय आणि आता जर खरच तो अपराधी आपल्या इथे दडुन बसला असेल तर? पुढची परिस्थिती माझ्या आकलना पलिकडे आहे."

केबिनचे दार ठोठावुन अबिर आत प्रवेश करतो.

"सत्त्या इतक्या तात्काळ बोलावल, काही गंभिर बाब आहे का?"

"हो, मुख्य प्रणाली बिघडविणारा अधिकारी आपल्या क्षेत्रात दडुन बसला आहे."

“हे कसं शक्य आहे?”

“हा प्रश्न मी विचारायला हवा. परकीय व्यक्ती आपल्या क्षेत्रात दाखल होऊच कसे शकतात? आपला सीमेवरील दक्षता विभाग काय झोपा काढत असतो का?” सत्त्या चिडलेल्या स्वरात बोलतो.

“हे खरं असेल तर मी खेद व्यक्त करतो सत्त्या; पण मला कळेल का ही बातमी तुला कोठुन मिळाली?”

“बातमी नाही आदेश आले आहेत, थेट रक्षा विभागातुन. त्या गुन्हेगाराला ताबडतोब शोधुन त्यांच्या ताब्यात द्यायला सांगितले आहे.” सत्त्या बोलतो, “खास यंत्रणा सज्ज कर; आणखी काही दगा फटका होण्या आधी त्याला शोधुन काढायला हव आहे. नाहीतर तुला आणि मला आपला मुक्काम भौतिक विश्वात हालवावा लागेल आणि विश्वास ठेव माझ्यावर ही जर वेळ आली तर ते तुझ्यासाठी चांगल असणार नाही.”

“त्याची वेळ येणार नाही सत्त्या, लवकरात लवकर त्या नराधमाला तुझ्यासमोर आणुन उभा करतो.”

“करावच लागेल आबिर आपल्याकडे दुसरा पर्याय नाहीये. आधी केवळ आपल्या क्षेत्राची जबाबदारी आपल्यावर होती आता संपुर्ण पृथ्वींची आहे. तो नराधम सापडायलाच हवा.”

५

चमत्कार तंत्रज्ञानाचा की निसर्गाचा?

समोर एका मोठ्या पटलावर कयास प्रणाली मानवी जीवनाचं आणि पृथ्वीवर घडणाऱ्या घटनांचं कसं व्यवस्थापन करते याची तांत्रिक माहिती देणारं सादरीकरण सुरु होतं. झिनत; स्वर्ण च्या विद्यापिठातील शिक्षिका सर्व विद्यार्थ्यांना ते समजावुन सांगत होती. सर्वात पुढे बसलेला वेद एकाग्र चित्ताने ऐकत होता. समोरच्या मोठ्या पटलावर तर सारं दिसतच होतं पण प्रत्येक विद्यार्थ्याच्या समोर त्यांचा व्ययक्तिक संगणक होता ज्याच्यावर तो जवळुन सगळी माहिती पाहु शकत होता.

स्लाईड १, महाजाल

पटलावर मनुष्याच रेखाचित्र अवतरलं. त्यात त्याचा मेंदु, त्याची चेतासंस्था, त्याचं हृदय आणि त्यातुन प्रवाहित होणारी उर्जा अगदी बारकाव्यांसह दाखवली होती. मानवी चेतासंस्थेचा जसा अंतर्जाल होता तशीच ती बाहेरच्या वैश्विक चेतासंस्थेला जोडली गेली होती, शरीराच्या बाह्य आवरणातील, त्वचेतील, हृदयातील आणि मेंदुतील पेशी बाह्यजालाच्या ग्रिड्सना जोडल्या होत्या. मानवी आणि वैश्विक चेतासंस्थेच्या लहरींचा एक भव्य महाजाल त्या ठिकाणी तयार झाला होता. छोट्या पासुन मोठ्या लहरींच्या वेगवेगळ्या रंगातल्या त्या ग्रिड्समधुन वीज फिरावी तशा काही उर्जा कमी जास्त तीव्रतेने फिरत होत्या. हाच महाजाल पुढे कयासच्या मुख्य प्रोसेसरला जोडण्यात आला होता.

स्लाईड २, प्रोसेसर्स

“सर्व मानवी प्रोसेसर्स महाजालाच्या (वैश्विक नेटवर्क) माध्यमातुन कयासच्या मुख्य प्रोसेसरला जोडण्यात आलेले आहेत. कयास हे एक अद्भुत सोफ्टवेयर आहे ज्याचा शोध १८ व्या दशकात लागला. यात गणितीय सुत्रांच्या मदतीने घटनांच्या संभाव्यता काढल्या जातात, त्यापैकी सर्वात अनुकुल घटना घडण्यासाठी, नविन घटना प्रस्थापित करण्यासाठी काही संदेश वैश्विक नेटवर्कच्या माध्यमातुन मानवी प्रोसेसर्सना पाठवले जातात. मानवी प्रोसेसर्स ने ते संदेश स्विकारले की अनुकूल घटना प्रस्थापित होण्यात आपल्याला यश मिळतं. आणि जितक्या जास्त अनुकूल घटना घडतील तितकं संतुलन अधिक.

“हे संतुलन कमी अधिक कसं ठरवायचं?” एक विद्यार्थी विचारतो.

यावर ती उत्तर देते, “संतुलन एका आकड्यामध्ये गणलं जातं, ज्याला संतुलन अंक म्हटलं जातं. १ ते १० पर्यंतच्या श्रेणीमध्ये हा अंक मोजला जातो. क्षेत्रानुसार हा अंक मोजला जातो. उदाहरणार्थ आपल्या क्षेत्राचा सध्याचा सध्याचा संतुलन अंक आहे ७.९, क्षेत्र ६८ ची आहे ८.२, क्षेत्र ७१ चा ९.२. जितका जास्त संतुलन अंक तितक जास्त ते क्षेत्र संतुलित आणि सुरक्षित. जर हा अकडा कमी कमी होत गेला तर समजायच की संतुलन ढासळत आहे. आणि संतुलन अंक जर ६ च्या आत आला तर मात्र आणीबाणीची स्थिती निर्माण होते, त्यावेळी त्या क्षेत्राची सुत्रे कैंद्रिय संतुलन समिती आपल्या हातात घेते. कैंद्रिय संतुलन समिती विधीची तिसरी श्रेणी आहे, जिच्याकडे काही विशिष्ट अधिकार आणि शक्ती आहेत. त्यांचं एकमेव उद्दिष्ट सृष्टीचं संतुलन आबाधित राखणं हेच आहे, मग परिस्थिती कशी ही असो, परिणाम काहीही होवोत.”

“केव्हातरी आपण १००% संतुलन प्राप्त केल आहे का?” एक विद्यार्थीनी प्रश्न विचारते.

“नाही. आतापर्यंतचा सर्वात जास्त संतुलनाचा आकडा ९.७ चा आहे. जो क्षेत्र ७ ने मिळवला आहे.”

"अझुनही क्षेत्र ७ च आघाडीवर आहे." वेद उद्‌गारतो आणि त्याच्या संगणकावरील संतुलन मोजमाप तक्ता उघडतो. "सध्या त्यांचा संतुलन अंक ९.४ आहे. गेली १४ वर्षे ते प्रथम स्थानावर आहेत."

"हो खरं आहे. मानवी कारण द्यायची झाली तर तेथे मुख्यत्वे करुन तिसरे व चौथे मानवी चक्र प्रवाहित आहे. त्यामुळे तेथे आत्मिक जागृतीचा दर सर्वात जास्त आहे. संतुलन राखण्यामध्ये आत्मिक जागृती सर्वात महत्वपुर्ण काम बजावत कोणी सांगु शकेल का ते?" ती विचारते.

"आत्मिक जागृतीमुळे ती विशिष्ट व्यक्ती ब्रम्हांडाच्या प्रवाहांसोबत जोडली जाते. तिचा प्रत्येक निर्णय ती व्यक्ती ब्रम्हांडाची अनुकुलता आणि त्याच हित विचारात घेऊन घेते आणि असे निर्णय नेहमी योग्य असतात." वेद उत्तर देतो.

"अगदी बरोबर. आणि त्यामुळे अशा क्षेत्रात आपल काम सोपं होतं."

"म्हणजे जर आत्मिक जागृतीचा दर १००% झाला तर आपली काही गरजच नाही? आणि आपण मुक्त होऊ बरोबर ना?" नरेन उत्सुक्यतेने विचारतो.

त्याच्या अशा अचानक बोलण्यामुळे वर्गात शांतता पसरते. झीनत त्याच्या बोलण्याकडे दुर्लक्ष करुन पुढे समजावु लागते.

वेदकडे पाहत नरेन हळुच कुजबुजतो, "मी काही चुकीचा बोललो का?"

"नाही, पण चुकीच्या वेळी बोलला." वेदही दबक्या आवाजात त्याला बोलतो, "तुला इथून जायची घाई झालीये म्हणून काहीही बालिश कल्पना तुझ्या डोक्यात येतात."

"काय चुकल नक्की. संपुर्ण जागृती झाली तर आपण काय करणार?" नरेन आश्चर्याने विचारतो.

"संपुर्ण जागृती अशक्य आहे मित्रा हे या वर्गातल्या सगळ्याना माहित आहे म्हणुन तुझ्या पोरकट प्रश्नाला कोणीच प्रतिसाद दिला नाही. कळल?" वेद चिडुन बोलतो.

"या जगात अशक्य असं काहीच नाही, तुच म्हणाला होतास ना?" केविलवाण्या स्वरात नरेन पुटपुटतो. वेदच वाक्य त्याच्याच पथ्थ्यावर

पडलं म्हणुन तो शांत बसला, पण नरेनच्या प्रश्नामध्येही तथ्य आहे हे त्याला जाणवलं. संपुर्ण जागृती अवघड आहे, पण अशक्य नाही आणि संपुर्ण जागृती झाली तर पुढे काय? पृथ्वी कशी असेल? आर्वीच काय होईल? संपुर्ण जागृती विश्वाचा अंत तर नसेल ना? या साऱ्या प्रश्नांनी त्याला घेरलं. झिनतच्या आवाजाने तो पुन्हा भानावर आला.

स्लाईड ३ लहरी

लहरी मुख्यत्वे दोन प्रकारच्या आहेत. एक मानवी लहरी, दोन वैश्विक लहरी.

वैश्विक लहरी तीन प्रकारच्या आहेत विद्युत लहरी, चुंबकीय लहरी आणि गुरुत्वीय लहरी. विद्युत आणि चुंबकीय लहरी कयासला जोडण्यात आलेल्या आहेत. गुरुत्वीय लहरींशी संबंधित संशोधन सुरु आहे

मानवी लहरींचे दोन प्रकार एक म्हणजे विचार लहरी दोन आत्मलहरी. कयास मुळात विचार लहरीनी बनला आहे. आत्मलहरींच तस नाही, आत्मलहरींवर विधीच नियंत्रण नाही. अझुन पर्यंत आत्मलहरीचा कयासमध्ये समावेश करण्यात विधीला यश मिळाल नाहीये आणि विधीची तशी मंशा ही नाहीये, कारण याच आत्म लहरी मनुष्याला सगळ्या बंधनांतुन मुक्त ठेवत आहेत. या आत्मलहरींचा जर आपण ताबा घेतला तर मनुष्य मनुष्य राहणार नाही तो केवळ आपल्या नियंत्रणांखालील एक यंत्र बनुन जाईल. आणि म्हणुनच आपण आत्मलहरीना कयासपासुन अलिप्त ठेवतो.

स्लाईड ४ फ्रिक्वेंसी

मानवी आणि वैश्विक लहरी, कंपण एका ठराविक फ्रिक्वेंसीवर आपल्या भोवती भ्रमण करत असतात. लहरींच्या कंपनांच्या तिव्रतेवर त्यांची फ्रिक्वेंसी ठरवली जाते. त्यामुळे एकाच फ्रिक्वेंसीवर अनेक लहरी भ्रमण करु शकतात.

याच फ्रिक्वेंसी सुक्ष्म स्तरावरील लहरी, कंपन ओळखण्यास मदत करतात. फ्रिक्वेंसी आकड्यामध्ये मोजली जाते, तो आकडा त्या प्रत्येक लहरीची, कंपनाची ओळख आहे.

स्लाईड ५ उपकरणे

फिल्डवर काम करत असताना दुताना काही विशिष्ट तांत्रिक उपकरण सोपविण्यात आली आहेत, ती उपकरणे आपण आता पाहु,

अंगठी- दोन विश्वामध्ये प्रवास करण्यासाठी अंगठीचा वापर करण्यात येतो.

मनगटी घड्याळ - सर्व ब्रम्हरक्षकांकडे असलेलं विधीचं सर्वात महत्वाचं उपकरण. उपकरणांपेक्षाही जास्त ते त्यांचं शस्त्र होतं. ज्यामध्ये विविध नकाशे, मानवी डाटा साठवुन ठेवलेला आहे. फिल्डवरील सर्वेक्षणासाठी, ऐनवेळीच्या घटना बदलांसाठी या उपकरणाचा वापर केला जातो.

रे - विविध प्रकारचे वैश्विक, आत्मिक, कृत्रिम, इलेक्ट्रोमॅग्नेटिक तरंग, प्रवाह, कंपणं शोधून त्यांना यंत्रणेत साठवून त्यांचा अभ्यास करून आवश्यक त्यावेळी त्यांचा वापर करण्यासाठी करण्यासाठी या उपकरणाचा वापर केला जातो

ही सर्व उपकरणे कयासच्या वेगवेगळ्या प्रोग्राम्सपासुन निर्माण करणेत आणि एकमेकांशी जोडणेत आली आहेत.

टेबलवर सगळी उपकरणे ठेवण्यात आली होती. झिनतने सर्व विद्यार्थ्यांना ती उपकरणे पाहण्यासाठी दिली.

"झिनत यातील खडा पडला आहे का?" अंगठी दाखवत एक विद्यार्थी उद्गारतो.

"नाही. खडा काढुन ठेवण्यात आला आहे. ज्या ठिकाणी जायच आहे त्या ठिकाणासाठी बनलेला विशिष्ट खडा या अंगठित घातल्यानंतरच तुम्ही प्रवास करु शकता. आत्ता आपल्याला कुठे जायच नाही म्हणुन अंगठी रिकामी आहे."

सगळे विद्यार्थी एक एक करत प्रत्येक उपकरण निरखुन पाहत होते. वेद घड्याळ त्याच्या मनगटावर चढवतो आणि पावर ऑन करतो. विजेचा अलगदसा झटका त्याला बसतो आणि त्याच्या अंगावर शहारा येतो..

"तुला नाही जमणार." समोरुन झिनत उद्गारते. वेद तिच्याकडे पाहतो.

ती सगळ्याना सुचना करु लागते, "उपकरणे तुम्हाला फक्त दाखविण्यासाठी आहेत. ही उपकरणे केवळ ब्रम्हरक्षकांसाठी आहेत. यांना ओळख दिली जाते, पासवर्ड दिला जातो. मगच याचा वापर करता येतो. तुम्हाला दिलेली उपकरणे डेड स्टॉक मधील आहेत, बंद आहेत. तुम्हाला त्याचा वापर करता येणार नाही. तुम्हाला जर ही उपकरणे हवी असतील तर अभ्यास करा, परिक्षा द्या आणि त्यात उत्तीर्ण व्हा आणि विधीमध्ये सामील व्हा, ब्रम्हरक्षक म्हणून."

निराश होऊन सगळी मुले कुजबुजु लागतात.

"आजच्यासाठी इतकच. भेटुया पुढच्या लेक्चरला." अस म्हणुन ती वर्गातुन निघुन जाते. जाता जाता नरेन आणि वेदला सर्व उपकरने प्रयोगशाळेत जमा करायला सांगते.

६

कोलॅटरल डॅमेज

विधीच्या व्यवस्थापन विभागाचा संभाव्यता चुकण्याचा दर पुर्वी नियंत्रणात होता, पण जेव्हापासुन कयासमध्ये बिघाड झाला आहे तेव्हा पासुन दिवसेंदिवस त्या दरात वाढ होत चालली होती, त्यामुळे पृथ्वी पासुन आर्वीपर्यंत काम करणाऱ्या सगळ्याच अधिकाऱ्यांची धांदल उडाली होती.

व्यवस्थापन विभागात गटप्रमुख असलेला निल त्याच्या सहकाऱ्यांना काही घटना पुन:प्रस्थापित करण्याच्या दृष्टीने काही सुत्रे समजुन सांगत होता, इतक्यात राघव तेथे आला. राघवने त्यांना इशाऱ्यानेच काम सुरु ठेवण्याबाबत खुणावलं आणि तो आत केबिनमध्ये निघुन गेला.

नील त्याच स्पष्टिकरण पुढे चालु ठेवतो. ज्या ज्या टिमना सुचना देऊन झाल्या त्याना तो जाण्यासाठी सांगतो, ते सर्व आपापल्या जागेवर जाऊन त्याना मिळालेल्या टास्क दुरुस्त करु लागतात.

आता शेवटची टिम निल जवळ उभी होती, निल त्यांच्यासोबत बोलु लागतो.

“तुमची टास्क अतिशय महत्वाची आहे, या टास्कवर ७ लोकांचे प्राण अवलंबुन आहेत. त्यामुळे ही टास्क यशस्वीरित्या मार्गी लावायची आहे.”

पटलावर संभाव्य प्रतिकुल घटनेची चित्रफित दिसु लागते, निल त्याच्या आधारावर सहकाऱ्याना प्रसंग समजावुन सांगु लागतो.

”प्रकरण १८, सुक्ष्म ग्रिड ३६ - घटकाचे नाव लिला.

तपशील - वय - ३० वर्षे, नवरा आणि ३ मुलांसोबत एका खेडेगावात राहते.

आत्महत्येच कारण - घरगुती अत्याचार

आत्महत्येच स्वरुप - जेवनात विष घालुन

कोलॅटरल डॅमेजेस - मध्य्म, तिच्यासह आणखी ४ जीव

मुख्य घटना- संभाव्य घटनाचक्रानुसार रात्री ठिक १०.०० वाजता, लिला जेवनात विष कालवेल. बाहेर खेळत असलेल्या मुलाना हाक मारुन घरात बोलवेल. दाराची कडी लावेल. १० वाजुन १५ मिनिटानी मुलांसोबत जेवायला बसेल. आणि साधारण १ तासाने विषाच्या परिणामाला सुरुवात होईल.. मध्यरात्रीच्या सुमारास त्यांचा मृत्यु होईल. या प्रतिकुल घटनेला आपल्याला बदलायच आहे. योग्य सुत्र निर्माण करुन यंत्रणेत टाकायच आहे.

त्यासाठी आपल्याला त्यावेळी तिथे उपस्थित असणाऱ्या इतर घटकांचा वापर करुन तुर्तास तरी ही घटना टाळायची आहे. त्यानंतर क्षेत्रावरील दुताना तिथे पाठवुन तिच्या मज्जा संस्थेतील तणावाची थ्रेड उदासीन करावी लागेल."

"ही थ्रेड आपण नष्ट नाही करु शकत का? म्हणजे कायमचा प्रश्न सुटेल." टिममधील एका सहकाऱ्याने प्रश्न केला.

"नाही. कोणतीही थ्रेड मग ती सकारात्मक असो की नकारात्मक ती नष्ट होत नाही. हा त्यातील ऊर्जा प्रवाह बदलता येतो. पण तो ही सर्वस्वी त्या व्यक्तीच्या हातात आहे. आपण त्याला केवळ उदासिन किंवा प्रभावित करु शकतो."

"पण हे तात्पुरत झालं. उद्‌या पुन्हा काही कारणाने ती थ्रेड पुन्हा जागृत झाली तर? घटना टाळण्यापेक्षा त्यावर तोडगा काढायला हवा."

"थ्रेड म्हणजे मनुष्याच्या सर्वोच्च भावनांच्या गाठी आहेत. आणि त्याचा पृथ्वीवरचा प्रवास हा त्या गाठी सोडवण्याचाच तर आहे. जस जशी तो एक एक गाठ सोडवेल, सुटलेल्या प्रत्येक गाठीमुळे त्याच्या आत्मिक उर्जेचा प्रवाह मोकळा होईल, तो त्याच्या आंतरआत्म्याच्या आणखी जवळ जाईल. पण सगळ्यानाच या गाठी सोडविता येत नाहित. उदाहरण आपल्यासमोर आहेत. आणि म्हणुन आपण आहोत. भरकटलेल्या

आत्म्याना मार्ग दाखविण्यासाठी, त्यानी हार मानु नये यासाठी; आपण आहोत.

पण याचा अर्थ असा नाही की त्यांचं पुर्ण आयुष्यच आपण आपल्या नियंत्रणात आणायचं. मग यंत्रामध्ये आणि मनुष्यामध्ये फरक काय राहिला? हा प्रवास सर्वस्वी त्यांचा आहे आपण केवळ निमित्त आहोत." निल त्यांना समजावून सांगत असतो,

"राहिलेल्या शंका नंतर पाहुयात आणि जरा प्रकरणाकडे लक्ष देऊयात का आता. आपल्याकडे वेळ नाहीये." अस म्हणुन तो घटना पुनर्स्थापित करण्याचं काम हाती घेतो.

"घटना प्रस्थापण तंत्र - पहिल्या टप्प्यात आपल्याला ही प्रतिकूल घटना खंडित करायची आहे म्हणजेच आपल्याला तिला जेवनात विष कालवण्यापासुन रोखायच आहे. लिला जेवनात विष कालविण्याच्या ठिक काही सेकंद आधी तिची शेजारीन तिला हाक मारेल, केवळ ही घटना आपल्याला प्रस्थापित करायची आहे. लिला दारात येऊन तिच्याशी बोलत थांबेल.

दुसरा टप्पा म्हणजे घटना विलंब यामध्ये त्या दोघींचा संभाषणाचा कालावधी वाढवायचा आहे. ज्यामुळे तिचा आत्महत्येचा विचार प्रवाह संथ होईल. त्यांनी ११.०० वाजेपर्यंत बोलणं अपेक्षित आहे. तिच्या विचार परिवर्तनासाठी एवढा कालावधी पुरेसा आहे. ११.०० वाजता तिचा नवरा घरी येईल. तेव्हा लिला तिच्या आत्महत्येचा निर्णय तूर्तास पुढे ढकलेल आणि तात्पुर्ती ही दुर्घटना टळेल.

आणि रात्री ती झोपल्यानंतर दूतांमार्फत तिच्या चेतासंस्थेमधील आत्महत्येची थ्रेड उदासिन करता येईल.

लिलाच्या संभाव्य मृत्युची साखळी तिच्या मुलांच्या मृत्युसोबतच आणखी २ जणांच्या मृत्युशी जोडली गेली आहे. आणि या दोघांची साखळी आणखी ४ जणांशी जोडली आहे.

आपण लिलाला वाचवायला यशस्वी झालो तर एकुण ९ जणांचे प्राण वाचतील.

आत्ता ९ वाजलेत आपल्याकडे १.३० तास आहे. समिकरण बनवायला जास्तीत जास्त १ तास लागेल. तरीही आपल्या हातात अर्धा तास शिल्लक राहिल.

* * *

ठरल्याप्रमाणे १०.०० वाजताची घटना प्रस्थापित करण्यात आली. घटनाचक्रानुसार स्वयंपाक आवरुन लिला दारात आली. बाहेर खेळत असलेल्या मुलाकडे ती थोडावेळ पाहत राहिली. निलने काही समिकरणे यंत्रणेत टाकली आणि खेळता खेळता मुलांचा चेंडु शेजारच्या खिडकीला लागला. निलने घटना प्रस्थापित करण्यासाठी चेंडूला पहिलं माध्यम बनवल.

कसला आवाज झाला म्हणून शेजारनीने खिडकी उघडली. दारात उभी असलेली लिला तिला दिसली. तिच्याशी बोलायच म्हणुन शेजारीन बाहेर येऊ लागली. इतक्यात लीला आत गेली.

वेळ १०.१५ ची सगळे त्या घटनेकडे डोळे लाउन पाहत होते. कारण त्या वेळी इतर कोणत्याही घटना प्रस्थापित करायच्या नव्हत्या.

शेजारनीने लिलाला हाक मारली. इतक्यात रस्त्याने जात असलेली दुसरी महिला शेजारनीशी बोलु लागली.

त्याच्या हातुन एक चुक झाल्याच त्याच्या लक्षात आलं. गडबडीत तो इतर किरकोळ घटकाना गृहित धरायला विसरला. ही चुक त्याला महागात पडणार होती. तो घटना पुन्हा दुरुस्त करु लागला.

लीलाने बाहेर डोकावलं पण त्या दोघीना बोलताना पाहुन ती पुन्हा आत गेली आणि विषाची आख्खी बाटली तिने खिरीच्या पातेल्यामध्ये रिकामी केली.

त्याची धांदल उडाली. तो संगणकावर पुन्हा समिकरण बदलु लागला

"हे थांबवायला हवय. देवा मदत कर."

बाहेर येऊन लिलाने मुलाना हाक मारली. दोन्ही बायका अझुनही गप्पा मारत होत्या.

शेजारणीने लीलाला स्वत:जवळ बोलवुन घेतलं. त्या तिघी गप्पा मारु लागल्या.

अचानक काहीतरी पडल्याचा आवाज आला लिला घरात गेली तर मांजरीने खिरीच पातेल सांडवल होतं. निलच्या समिकरणातील मांजर हे दुसरं माध्यम होतं. अख्ख्या घरात खीर पसरली होती. तिने डोक्याला हात लावला आणि बाहेरून कापड आणून ती वैतागून फरशी पुसु लागली.

तिची ८ वर्षाची मुलगी रिकामी वाटी घेऊन तिच्या जवळ आली.

तिला पाहून लीलाच काळीज धस्स झालं. तिच्या दोन्ही मुलानी आधीच खीर खाल्ली होती.

लिला दोन्ही मुलांच्या हाताला धरून त्यांना मोरीत घेउन गेली. त्यांची पाठ थोपटु लागली.

ओकारी काढण्यासाठी त्याना सांगु लागली. ती खुप घाबरली होती. इतक्यात तिची मुलगी बेशुद्ध पडली.

लिलाने तिला ऊठविण्याचा प्रयत्न केला, पण काही केल्या ती शुद्धित येईना.

११ वाजले होते. तिचा नवरा घरात आला. त्याला त्याची शुद्धच नव्हती. तो तसाच बिछान्यावर आडवा झाला. लिला त्याला उठवू लागली, गयावया करू लागली पण तो दारूच्या नशेत बेसुद पडला होता. त्याला कसलीच भ्रांत नव्हती.

अखेर तिने बेशुद्ध पडलेल्या मुलीला कढेवर घेऊन दुसऱ्या मुलाला हाताशी धरल आणि ती बाहेर पडली.

एक रिक्षा थांबवुन त्यात चढली आणि थेट दवाखाना गाठला. रात्रीची वेळ असल्याने डॉक्टरही भेटत नव्हते. मुलीला छातीशी धरुन ती दवाखान्यात सैरावैरा पळु लागली. अचानक मागे तिचा मुलगाही चक्कर येऊन कोसळला. लिलाच्या शरिरातलं त्राणच गेलं आणि ती जागीच कोसळली. तिला काहीच सुधरत नव्हतं. वॉर्ड बॉय, नर्स धावत आले. एकानी तिच्या हातातुन मुलीला उचललं, तर दुसऱ्याने समोर पडलेल्या मुलाला उचललं. लिलाच्या

डोळ्यातुन ना आसवं बाहेर पडत होती ना तोंडातुन उच्चार. स्वत:च्याच पोटाला घट्ट आवळुन ती तशीच बसुन राहिली. ती सुन्न झाली होती.

निलने जोराने टेबलवर हात मारला. तो लिलाला वाचवायला यशस्वी झाला होता. पण त्याच्या एका छोट्याशा चुकीमुळे दोन लहान जिवांच आयुष्य मात्र धोक्यात आलं होतं.

सर्वांनी त्याला दिलासा देण्याचा प्रयत्न केला. पण तो स्वत:ला जबाबदार धरु लागला.

केबिनमधुन राघव घडलेला प्रकार पाहत होता. नीलच लक्ष त्याच्याकडे गेलं. दोघेही असह्यपणे एकमेकांकडे पाहत राहिले. एका पुरुषाच्या नाकर्तेपणाची शिक्षा, एका स्त्रीच्या चुकीच्या निर्णयाची शिक्षा आणि कयासच्या तांत्रिक मर्यादेची शिक्षा दोन निष्पाप जीवांना भेटली होती. त्यामुळे त्या दोघांच काळीज पिळवटून निघालं होतं, पण त्यांना धड व्यक्त ही होता येत नव्हतं.

✳ ✳ ✳

"राघव, तुला कळल का?" धापा टाकत समर केबिनमध्ये आला.

"काय?" डोळ्यात दाटलेले अश्रु समरच्या नकळत पुसत राघव विचारतो.

"काय झाल राघव? तु बरा आहेस ना?" राघवचे हावभाव त्याने अचुक टिपले होते.

"मी बरा आहे, तु बोल काय म्हणत होतास?"

"तो पकडला गेला आहे."

"काय? तु खर सांगतोय." त्याला आश्चर्याचा धक्का बसला, "कुठे सापडला तो नराधम?"

"ते काही कळलं नाही मला पण मी सत्त्यासोबत मिटिंगमध्ये होतो, तेव्हा त्याला रक्षा विभागाकडुन निरोप आला. बातमी सांगुन सत्त्या ताबडतोब निघाला आणि मी थेट इकडे आलो."

"आता कुठे आहे तो?"

"रक्षा विभागाच्या ताब्यात आहे सध्या तो. सत्त्या तिकडेच गेला आहे."

"खुप चांगली बातमी आहे ही." राघव बोलतो,"फक्त कयासच्या समस्येवर तोडगा मिळाला म्हणजे झालं."

"मिळेल. ज्या अर्थी कयासमध्ये वायरस त्याने सोडला आहे, त्या अर्थी त्या वायरसचा अॅन्टी वायरसही त्याच्याच कडे असायला हवा."

"मला तर वेगळीच शंका आहे."

"कसली शंका."

"विधीमध्ये दाखल होणं, कयासला दुषित करणं, बिना परवाना क्षेत्र ओलांडुन या क्षेत्रात येणं; एक व्यक्ती एवढं धाडस करु शकेल?"

"म्हणजे तुला म्हणायचय की या मागे आणखी कोणीतरी आहे."

"असेलच. खात्री आहे माझी."

* * *

स्वर्णच्या इमारतीतील सर्वात खालच तळघर तेथिल कारागृह होतं. जिथ विकृत आणि दुष्ट आत्म्याना डांबुन ठेवल जातं. साम दाम दंड भेद यापैकी जो उचित असेल त्या मार्गाने त्यांच आत्मपरिवर्तन केलं जातं.

कयासमध्ये गडबड करुन सगळ्यांची तारांबळ उडविणाऱ्या त्या नराधमाला ही त्याच ठिकाणी आणण्यात आलं होतं. ती एक अंधारी कोठडी होती. जिला खिडकीच काय साधं एक छिद्र ही नव्हतं. उजेडासाठी ठिकठिकाणी आगीच्या मशाली भिंतींवर लावण्यात आल्या होत्या. हवेला ही आत शिरकाव करता येणार नाही अशा पद्धतीची तिची रचना होती. खोलीच्या बरोबर मध्यावर उकळत्या पाण्याचा भला मोठा कुंड ठेवण्यात आला होता. ज्यावर त्या अपराध्याला बांधण्यात आलं होतं. बाजुला एक अधिकारी उभा होता, त्याच्या हातात एक टॅब होता. त्याने त्या टॅबच्या पटलावरच बटण दाबल तसा तो अपराधी पाण्यात कोसळला. उकळत्या पाण्यात तो तडफडु लागला, थोडावेळ त्याला तसच तडफडु दिल्यानंतर आणि त्याला पुन्हा वर उचलण्यात आलं.

काही वेळातच अबिर सत्त्याला तिथे घेऊन आला.

“अतिशय घातकी व्यक्ती आहे सत्त्या हा. सीमेवरील बऱ्याच सुरक्षा रक्षकांचा जीव घेतला याने आणि कित्येकाना गंभिर जख्मी केलं आहे.”

“सापडला कसा हा?”

“त्याने स्वत:ला रक्षा विभागाच्या स्वाधिन केलं आहे.”

“काय? पण त्याने असं का केलं?” सत्त्या चकित झाला.

“तेच समजत नाही. आधी त्याने कयासमध्ये बिघाड केला, क्षेत्र १८ ओलांडुन आपल्या इथे आला. सिमेवरील रक्षकाना मारलं आणि शेवटी स्वत:ला यंत्रणेच्या ताब्यात दिलं. काहीच कळायला मार्ग नाही. त्याची माहिती ही तपासुन पाहिली पण त्याची कुठलीच माहिती अझुन मिळवता आली नाहिये.”

“विषाणु बद्दल काही बोलला का?”

“नाही. कैदेत आल्यापासुन चकार शब्द बोलला नाहिये.”

“कोण आहेस तु?” मोठ्या आवाजात सत्याने विचारलं, पण तो काहिच बोलला नाही.

त्या अधिकाऱ्याने त्याला पुन्हा उकळत्या पाण्यात सोडलं, त्याच शरीर लालबुंद झालं होतं. पण त्याच्या चेहऱ्यावरील साधी रेषाही हालली नाही.

सत्या त्याच्या जवळ गेला. त्याच्या अंगातुन गरम वाफा बाहेर पडत होत्या.

“काहितरी बोल. स्वत:ला अटक करुन घेतलीस, काहीतरी कारण असेल. तुझ्या दुष्कर्माची कबुली दे, कयासला ज्या अडचणीत टाकलय त्याचा उपाय सांग नाहितर आत्ता इथे केवळ जलकुंड आहे उद्या अग्नीकुंड असेल.”

मान वळवुन त्याने सत्त्याकडे पाहिलं आणि तो मोठ मोठ्याने हसु लागला. त्याच ते कर्कश, रानटी हास्य फक्त त्या कोठडीतच नाही तर संपुर्ण कारागृहात घुमु लागलं.

"राक्षस.." अस म्हणुन चिडुन तो तिथुन निघाला, "तो काही बोलणार नाही. मला तर हा एखादा माथेफिरु वाटत आहे. त्याची संपूर्ण माहिती काढा." सत्त्या अबिरशी बोलता बोलता बाहेर जाऊ लागला.

"काय योग्य, काय अयोग्य कोणी ठरवलं?"

त्याच्या तोंडुन शब्द फुटले तसा सत्त्या जागीच थांबला.

> *"काय कर्म काय दुष्कर्म कोणी ठरवलं?*
> *काय धर्म काय अधर्म कोणी ठरवलं?*
> *तुझ्या आणि माझ्यात तु रक्षक मी राक्षस*
> *कोणी ठरवलं?"*

त्याचा आवाज आणखी चढला,

> *"तु देव मी दानव कोणी ठरवलं?...*
> *सावध व्हा, काळाने आपल चक्र उलटं फिरवलय*
> *त्या प्रत्येकाचा आता हिशोब होणार,*
> *ज्यांनी आमच प्राक्तन ठरवलं."*

७

एक वादळी सिद्धांत (द सायक्लॉन थियरी)

एका भव्य खोलीच्या मध्यभागी जमिनी पासुन छतापर्यंत एक मोठ काचेच रिंगण होतं ज्याचा व्यास जमिनी पासुन छतापर्यंत विशिष्ट प्रमाणात कोनाच्या आकारात वाढत जात होता. खोलीच छत ही अतिशय उंच होतं.

रिंगणातील फरशीचा एक तुकडा सरकला आणि त्यातुन एक उपकरण बाहेर आलं. उपकरणाला एक काचेची ट्युब जोडली होती. जमिनिपासुन थोड उंचावर येऊन ते उपकरण थांबलं. हळुहळु त्याला जोडलेल्या ट्युबचा एक एक भाग खुला होऊ लागला. खड्यासारख काहीतरी ट्युबमध्ये चमकत होतं. काही क्षणांतच ट्युबचे सर्व भाग खुले होत गेले. एक एक करत खोलीतील सर्व लाइट्स बंद झाल्या. काळोखात केवळ तो खडाच हलकासा चमकत होता. बाजूने काही लेझर किरणे उत्सर्जित होऊ लागली. त्यांनी त्या खड्याला पुर्णपणे झाकुन घेतलं. एका तीव्र प्रकाशाने संपुर्ण संपुर्ण रिंगण व्यापुन टाकलं. हळुहळु प्रकाश सौम्य होत गेला आणि समोर जे दृश्य दिसत होत ते विलक्षण आणि अद्भुत होतं. समोर जणु साक्षात आकाशगंगा अवतरली होती. आकाशातले तारे जणु जमिनीवर बरसु लागले होते. काचेच्या रिंगणाच्या आत इलेक्ट्रोमॅग्नेटिक क्षेत्र निर्माण झालं होतं ज्यामुळे असंख्य कण अलगद गोलाकार वरच्या दिशेने फिरत होते. काही कणांच विभाजन होऊन त्यामधुन आणखी काही कण निर्माण होत होते. आणि ते ही आधीच्या कणांभोवती घिरट्या घालत होते. गर्द काळोखात चांदण्यांप्रमाणे ते सारे कण चमकत होते.

विवान रिंगना जवळ आला. ते दृष्य निरखुन पाहु लागला. बराच वेळ तो त्या चमचमणाऱ्या आकाशगंगेकडे पाहत होता. त्याचे डोळे पाणावले होते. कनिकाने मागुन येऊन त्याच्या खांद्यावर हात ठेवला तसा तो दचकला.

“कसला विचार करतोय?”

”तुला आठवतय कनिका हा प्रयोग जेव्हा यशस्वी झाला तेव्हा किती आनंदी झालो होतो आपण.”

“हो. आणि तुझ्या मूर्ती सरानी येऊन त्या आनंदावर विरझन घातलं. अस काय म्हणाले होते तुझे सर तुला विवान की तु स्वत:ला एक आठवडा खोलित डांबुन ठेवलं होतस? ना कधी तु या विषयावर बोललास ना आमची कधी हिम्मत झाली तुला विचारण्याची.”

“तुला मृगजळ म्हणजे काय माहित आहे?”

“अर्थात एक शास्त्रज्ञ म्हणून सांगू की बायको म्हणून?” ती चेष्टेत विचारते.

“माणूस म्हणून सांग.” तो शांतपणे बोलतो.

“हम्म मृगजळ म्हणजे आभास.. दुरून पाहिलं तर वेगळ दिसतं आणि जवळ जाऊन पाहिलं तर काही वेगळंच दिसतं, त्याला म्हणतात मृगजळ.” ती आत्मविश्वासाने उत्तर देते, “पण अचानक तुला मृगजळ कसं आठवला?”

“दुरावरचा मृगजळ सोड, आपण कायम आपल्यासोबत एक मृगजळ घेऊन चालत असतो. त्या मृगजळापालिकडचं वास्तव शोधणं म्हणजे आयुष्य. मूर्ती सरांच वाक्य असायच हे नेहमी; शाळेतल्या भुगोलाच्या तासाला. अतिशय वेगळ्या, खास आणि अवलिया व्यक्तिमत्त्वाचे मनुष्य आणि हाडाचे शिक्षक होते ते. जितके शिस्तीला कडक होते, तितके शिकविण्यात तत्पर होते. त्यांच्या अनोख्या शैलीत वेगवेगळ्या रंजक गोष्टींमधुन त्यानी आमची भुगोलाशी ओळख करुन दिली होती. तुला विचित्र वाटेल पण ते होते तोपर्यंत सगळ्या मुलांचा भुगोल हा सर्वात आवडता विषय होता. कल्पना तरी करेल का कोणी की भुगोल हा आवडीचा विषय असु शकतो म्हणुन, पण आमचा होता. मूर्ती सरांमुळे. विद्यार्थ्यांमध्ये

त्यांची दहशत होती पण तितकाच आदरही होता. सातवीच्या भुगोलाच्या विषयात सौरमालेचा धडा होता. तो शिकवत असताना सरानी ब्रम्हांडाची एक गोष्ट सांगितली होती.

ते म्हणाले आपला हा सारा ब्रम्हांड चक्री वादळासारखा आहे. अस म्हणुन त्यांनी फळ्यावर खडुने वादळाचं चित्र काढलं. कुठेतरी मध्येच एक छोटासा टिंब काढुन ते म्हणाले, हा टिंब दिसतोय? हा टिंब म्हणजे आपली सौरमाला आणि यातला अगदी सुक्ष्म कण म्हणजे आपली पृथ्वी. वादळात जसे कण एका विशिष्ट केंद्राभोवती गोल गोल फिरतात आणि शेवटच्या टोकाला गेले, हलके झाले की मध्यातुन पुन्हा जमिनीवर येतात. त्याच प्रमाणे आपली पृथ्वी आणि भोवतीचे सारे ग्रह एका विशिष्ट केंद्राभोवती गोलाकार फिरतात. आता आपण या एका ठिकाणी आहोत ज्यावेळी आपण त्यावरच्या शेवटच्या टोकाला पोहचु वादळातील कणाप्रमाणे आपणही खाली गळुन पडु. तो दिवस आपला आणि आपल्या सौर मालेचा अंत असेल.

त्या दिवसापासुन माझं आयुष्य तर बदललंच पण संशोधनाच्या क्षेत्रातल्या प्रवासाची सुरुवातही तेथूनच झाली. सरांची ती गोष्ट माझ्या डोक्यात घर करुन बसली होती. पृथ्वीबद्दलचं, ब्रम्हांडाबद्दलचं कुतुहल दिवसेंदिवस वाढत गेलं. मग काय जिथुन मिळेल तिथुन मी माहिती मिळवत गेलो, अभ्यास करु लागलो, जितक जास्त शिकत गेलो तितक मला समजत गेलं की सरांनी चक्री वादळाची ती गोष्ट अर्धवटच सांगितली होती. त्या गोष्टीत असंख्य रहस्य दडली होती, चमत्कार दडले होते, मी जितका शोध करत होतो तितकं नविन काहीतरी सापडत होतं, पण ज्या ज्या वेळी काही तरी सापडत होतं ते अर्धवट आहे हे जाणवत होतं, मला ते अर्धवट सापडलेलं संपुर्ण शोधायच होतं. सरांची अर्धवट राहिलेली गोष्ट मला पुर्ण करायची होती."

"जे तु केलस. समोर पहा, त्या गोष्टीतील ब्रम्हांड तु समोर उभा केला आहेस."

"मी गोष्टीतील ब्रम्हांड नाही, गोष्टीतील वादळ निर्माण केलय कनिका."

"वादळ निर्माण केलय म्हणजे?"

"जेव्हा आपला हा प्रयोग यशस्वी झाला होता मला वाटल मी जग जिंकल आहे. उत्साहाने मी सराना आपला हा प्रयोग पहायला बोलावल होतं. मला वाटलं सराना माझा अभिमान वाटेल, ते माझ्या पाठीवरुन कौतुकाने हात फिरवतील, पण तसं काही झालं नाही उलट ते म्हणाले,

विवान मी ब्रम्हांड वादळासारखा आहे असं म्हटलं तर तु वादळच निर्माण केलस, ब्रम्हांड कुठय?

त्यांच्या त्या वाक्याने एखाद्या धारदार शस्त्राप्रमाणे काळजात घाव केलाच पण एक वैज्ञानिक म्हणुन मी आझूनही किती असमर्थ आहे याची जाणिवही मला करुन दिली. मी त्याना माझ्या इतक्या वर्षाच्या मेहनतीला इतक्या निर्दयतने नाकारण्या मागच कारण विचारलं तेव्हा ते म्हटले, वादळातील कणाना अस्तित्व नसतं विवान, तुझ्या या रिंगणात भिरभिरणाऱ्या कणानादेखील अस्तित्व नहिये, परंतु ब्रम्हांडातील प्रत्येक कणाला अस्तित्व आहे, ते ज्या ठिकाणी आहेत, ज्या स्थितीत आहेत त्यामागे शास्त्र आहे, ते शास्त्र शोधु शकलास तर तु खरा शास्त्रज्ञ. बाकी असे विजेचे प्रयोग आता शाळेतील मुलेही करु लागली आहेत. इतक्या संशोधनानंतर, इतक्या वर्षांच्या तपस्येनंतर, एवढा लांब प्रवास करुन मी पुन्हा शुन्यावर आलो होतो. शास्त्रज्ञांसाठी कदाचित हाच शाप असेल की ज्या क्षणी आपण आपल्या मुळ ध्येयापर्यंत पोहचतो त्यावेळी आपलं ध्येयच बदललेलं असतं. सरांचं मृगजळाचं ते उदाहरणाची प्रचिती मला त्यादिवशी आली. हरुन, निराश होऊन मी माझ्या खोलित गेलो, स्वत:ला अक्षरश: कोंडुन घेतलं आणि एका कोपऱ्यात जाऊन निपचित पडलो. सरांच वाक्य कितीतरी वेळ माझ्या डोक्यात फिरत होतं. इतक्यात माझी नजर पडली सरानी आल्या आल्या दिलेल्या भेट वस्तुवर. मी ती खोलली, त्यात त्यानी लिहलेले पण कधीच प्रसिद्ध न केलेले प्रबंध होते. क्वांटम शास्त्रावर आधारित ती पुस्तके होती. जो आक्षेप त्यांनी माझ्या प्रयोगावर घेतला होता त्या आक्षेपाचं उत्तर ते स्वत:सोबत घेऊन आले होते. मी ती पुस्तके, त्यातील त्यांचे सिद्धांत, त्यांचं तत्वज्ञान वाचलं आणि मी भारावुन गेलो. मला नविन ध्येय मिळालं होतं, मृगजळापलिकडचं वास्तव शोधण्याच तंत्र मिळालं होतं."

"म्हणजे खोलीत ते ८ दिवस तु क्वांटमचा अभ्यास करत होतास?"

"हो. ज्यानी माझ्यामध्ये ब्रम्हांडाच्या रंजक रहस्याचा शोध घेणारा संशोधक जन्माला घातला, त्यानीच या आपल्या क्वांटमच्या संकल्पनेची पायाभरणी माझ्या डोक्यात केली होती."

"तरी इतकी वर्षे मला प्रश्न पडला होता की अचानक तुझी रुची क्वांटमच्या दिशेने कशी वाढु लागली. आज मिळालं त्याच उत्तर." कनिका पुढे बोलू लागली, "पण मला सांग आज इतक्या वर्षांनी तुला अचानक हे सगळ कसं आठवलं?"

"आज आठवलं कारण आत्ता काहीवेळापुर्वी मला कळल." त्याचा उर भरुन आला.

"काय कळल विवान?" तिने काळजीने विचारलं.

"प्रभाकर सरांचा मृत्यु झाला आहे."

"काय?" कानिकाच्या पायाखालची जमिन सरकते, "माझा विश्वास बसत नाही. ते तर ठिक होते, फिट होते. अस अचानक कसं झालं?"

"आत्महत्त्या..." आता मात्र कनिकाला धक्का बसतो.

"नाही. नाही. हे शक्य नाही. ते का करतील असं?"

"कोडी घालण्याची सवय होती त्यांना... अखेरच कोड घालुन निरोप घेतला त्यानी सगळ्यांचा... आधीची कोडी सुटली नाहित तर शेवटी त्यांच्याकडेच जायचो आता हे कोड सुटल नाही तर कोणाकडे जाऊ?" अस म्हणुन इतका वेळ रोखुन ठेवलेला भावनांचा बांध अखेर फुटला आणि खाली बसुन तो ढसाढसा रडु लागला.

कनिका तशीच त्याच्याजवळ बसुन राहिली. त्याच सांत्वन करू लागली.

८
आणिबाणी

"राघव.." केबिनच्या बाहेरुन जियाने हाक मारली.

"ये जिया." राघवने तिला आत बोलावलं.

"तुला काहीतरी दाखवायचं आहे." असं म्हणुन तिने समोरच्या भिंतीवरच पटल उघडलं.

मागच्या दोन दिवसांच्या आकड्याने हजारी गाठली."

"काय? आणि तु हे मला आत्ता सांगत आहेस?"

आकडा अद्यावत होत नाही. हा आकडा मी थेट क्षेत्रावरुन मिळवला आहे. वायरसचा प्रादुर्भाव वाढत चालला आहे.

"हे भयानक आहे जीया."

"आणखी एक गोष्ट... यातल्या बर्‍याचशा आत्महत्या या अकस्मात झालेल्या आहेत."

"अकस्मात म्हणजे?"

"उदाहरण द्यायचं झालच तर हा मुलगा मित्रांसोबत पार्टी केली. घरी आला. बंदुकीची गोळी झाडून स्वतःला संपवलं. ही मुलगी रात्रीची निवांत झोपली होती. अचानक उठुन स्वतःला पेटवुन घेतलं आणि या घटना कोणत्याही संभाव्यतेमध्ये नव्हत्या.." ती बोलु लागली, "आणखी एक गंभीर गोष्ट आहे आणि ती म्हणजे अनेक घटकांचा कयासशी संपर्क सुटला आहे. यंत्रणेत त्यांना शोधण्यासाठी सर्वेक्षकांना अडचणी येत आहेत."

"म्हणजे माझा अंदाज योग्य आहे." अचानक त्याच्या काहीतरी लक्षात येतं. "जिया निलला बोलाव ताबडतोब." तो उद्गारतो.

जिया पटकन बाहेर जाते आणि निलला सोबत घेऊन येते.

राघव इकडुन तिकडे केबिनमध्ये येरझऱ्या घालत असतो. निलला पाहुन तो त्याच्याजवळ येतो,

"तु या आधी इंटेलिजन्स विभागात होतास ना? "

"हो राघव."

"मला तुझी मदत हवी आहे."

"कसली मदत?"

"मला तपासायच आहे की आपल्या यंत्रणेला कोणी हॅक केलय का ते?"

"काय? हे कस शक्य आहे. आपल्या यंत्रणेला कोण हॅक करेल?"

"यावेळी प्रश्न नकोत नील. तुला जमेल की नाही केवळ ते सांग."

"प्रयत्न करेल मी पण नक्की काय तपासायच आहे?"

"आपला महाजाल तपासायचा आहे."

"काय? महाजाल? हे बघ राघव एक कंपण तपासायला कमीत कमी पाउन एक तास लागेल, आणि केवळ आपल्या क्षेत्रात लाखांपेक्षा अधिक कंपणे असतील, त्या तपासु लागलो तर माझ्या कामाला विलंब होईल. सध्या आपण त्याला प्राधान्य द्यायला हवय."

"हे काम त्या कामाशीच संबंधित आहे." राघव दिर्घ श्वास घेतो, "हे बघ निल स्पष्टच सांगतो, मला वाटतय आपल्या यंत्रणेला कोणीतरी काबीज करण्याचा प्रयत्न करत आहे आणि त्यामुळे हे संकट ओढावल आहे, यातील तथ्य जोपर्यंत मी शोधत नाही, तो पर्यंत मी हे जाहिर करु शकत नाही. मला तुझी मदत हवी आहे."

राघवच्या बोलण्यामुळे निलला परिस्थितीच गांभिर्य कळते,

"मी तपासुन पाहतो राघव, माझ्या परीने शक्य होईल तितक्या लवकर तुझ्या शंकेमागचं तथ्य शोधुन काढण्याचा प्रयत्न करिल. तु निश्चिंत रहा."

"जीया, आणखी काही वेगळं आढळुन आलं आहे का?" राघव विचारतो.

"हो. दुर्घटनेचं कारण जाणुन घेण्यासाठी क्षेत्र दुताने त्यांच्या चेतासंस्थेला स्कॅन केल्यावर हे दिसलं." हातातील स्क्रीन झुम करुन ती राघवला दाखवु लागली.

"हे कस शक्य आहे? हा कयासचा प्रोसेसर नाहियें." राघव आश्चर्याने विचारतो, "कोणत्या थ्रेडने प्रभावित केलय हे कळल का?"

"प्रोसेसर बदलल्यामुळे संपुर्ण मज्जासंस्थेवर परिणाम झाला आहे. कयासमध्ये सर्व मानवी प्रोसेसर्स जोडले गेले आहेत, त्यामुळे किरकोळ बदलही सिस्टिमवर लगेच अद्यावत होतो, पण दुर्घटनेच्या अगदी काही मिनिटे आधी कयासचा संपर्क सुटला आणि जे अनपेक्षित आहे ते घडलं."

"म्हणजे इतके दिवस आपण कयासचा तांत्रिक बिघाड समजत होतो ती खरी समस्या नाहीये." राघव उद्गारतो

"पण जर कयास नाही तर काय आहे जे हे सगळं घडवुन आणत आहे?"

"दुसरी कोणती यंत्रणा.. नाही नाही हे शक्य नाही." तो स्वत:शीच पुटपुटतो आणि नंतर जीयाकडे पाहत उद्‌गगारतो, तुला आणखी काही आढळुन आल तर मला सांग मी आलोच.

* * *

आर्य मलाय ध्यानस्थ होते जेव्हा वेद त्यांच्याकडे आला. त्याना ध्यानावस्थेत पाहुन तो परत जाऊ लागला. इतक्यात आर्यनी त्याला हाक मारली.

"तुमची ध्यानसाधना भंग केल्याबद्दल क्षमा असावी आर्य." तो नम्रपणे उद्‌गारला.

"जे भंग होईल ते ध्यान कसलं. मी केवळ विचारभ्रमण करत होतो. तु बोल कस येण केलस?"

हातातील पुस्तक आर्यंच्या समोर ठेऊन त्यातील एक पान त्याने उघडल. त्यावर एका पाषाणाच चित्र होतं.

"तुला हे कुठे सापडल?"

"ग्रंथालयात.. या पुस्तकात इतिहासातील दैवी ठिकाणे, वास्तु, वस्तु, शस्त्रे, आभुषणे,उपकरणे यांची माहिती नोंदविण्यात आली आहे. हा काळा पाषाणही दैवी आहे परंतु पुस्तक जुनं झाल्यामुळे बरिच अक्षरे पुसली गेली आहेत, माहिती वाचणं कठिण जात आहे. तुम्हाला या पाषाणाबद्दल ठाऊक असेल तर सांगु शकाल?"

आर्य पुस्तकाची पाने पलटुन पाहु लागतात.

"आठवणीना कितीही जपल तरी काळाच्या धुक्यात त्या कधी अंधुक होऊन जातात आपल्याही लक्षात येत नाहीत." पुसट आणि अस्पष्ट झालेल्या एक एका चित्रावरुन हात फिरवत आर्य उद्गारतात, "हे पुस्तक माझ्या पुर्वजांनी लिहलय. हेच नाही आणखी खुप सारी पुस्तक लिहुन ठेवली आहेत त्यांनी. भविष्यकाळातील आधुनिकतेला भुतकाळाच्या अनुभवांची गरज पडल्यावर तो त्यांच्यासाठी उपलब्ध असावा यासाठी हा सगळा ग्रंथप्रपंच..." नंतर त्यांनी वळुन वेदकडे पाहिलं तर त्याना समोर दारात राघव आलेला दिसला.

चिंताग्रस्त राघवला पाहुन तो काहीतरी गंभीरविषयावर बोलायला आल्याच त्यांच्या लक्षात येतं.

"वेद, थोडावेळ बाहेर थांबशील." ते वेदला सांगतात.

वेदला प्रसंगाच गांभिर्य लक्षात येतं आणि काही न बोलता तो तेथुन निघुन जातो.

राघव आत प्रवेश करतो, "आर्य एक शंका आहे आणि मला माहित आहे माझी ती शंका केवळ तुम्हीच दुर करु शकता."

"कसली शंका राघव?"

"आर्य कयाससारखी दुसरी यंत्रणा किंवा विधी सारखी दुसरी संस्था असु शकते का?"

आर्य हलकस स्मित करतात, "का नाही. नक्कीच असु शकते. तुला सापडली आहे का?"

"अझुन तरी नाही. पण शोधावी लागेल आर्य नाहीतर अनर्थ होईल."

"काय झाल आहे राघव स्पष्ट सांगशील."

"आर्य तीन वर्षांपुर्वी जेव्हा मी इथे दाखल झालो होतो तेव्हा संस्थेला एका समस्येने ग्रासल होत. एकाच मानवी फ्रिक्वेंसीमधील लोकांच्या मृत्युची श्रृंखला सुरु झाली होती. नैसर्गिक आपत्तीमुळे ती फ्रिक्वेंसी बाधित झाली होती त्यामुळे तिच्या अधिपत्त्यात येणाऱ्या लोकाना जीव गमवावे लागले होते, तेव्हा त्या फ्रिक्वेंसीला नष्ट करुन त्यावरिल उर्वरित वाचलेल्या लोकाना दुसऱ्या फ्रिक्वेंसीवर स्थलांतरित करण्यात आल होतं."

"हो आठवतय मला. त्यावेळी ही खुप निष्पाप जीवाना आपले प्राण गमवावे लागले होते."

"त्याच केस च्या आधारावर मी आत्ताच्या समस्येचा अभ्यास केला; आत्ताची समस्या नैसर्गिक बाधा नाहिये, आणि कयासमध्ये विषाणु पेरलेल्या त्या गुन्हेगाराची एकट्याची इतकी क्षमता नाही की तो हे सारं घडवुन आणु शकेल. मला दाट शंका आहे आर्य नक्कीच कोणती तरी दुष्ट शक्ती डोक वर काढु पाहत आहे. ज्यापासुन आपण अनभिज्ञ आहोत."

"आणि हिच शंका चाचपिण्यासाठी तु इथे आला आहेस?"

"अर्थात. सत्त्या पुराव्याशिवाय यावर विश्वास ठेवणार नाही, पण तुमच्या अनुभवाला तो नाकारणारही नाही."

"ठिक आहे. बोल काय करायला हवय मी."

"जी समस्या कयास शोधु शकला नाही, जी केवळ माझी एक शंका आहे, त्यामागच सत्य शोधायला तुमच मार्गदर्शन हवय आर्य. मी माझ्यापरिने प्रयत्न करत आहे पण त्याला वेळ लागेल, जो आपल्याकडे नाहिये."

"असं असेल राघव, तर हे सत्य सत्याच शोधुन देईल तुला."

"सत्त्या?"

"हो सत्त्या. ताबडतोब मुख्यालयात जा आणि सत्याला सर्वकाही सांग."

"तो नाही ऐकणार."

“न ऐकुण तो त्याचच नुकसान करुन घेईल. तु निराश होऊ नकोस. आणि विश्वास ठेव माझ्यावर ज्या समस्येच समाधान तु माझ्याकडे मागत आहेस. वास्तवमध्ये ते सत्त्याकडेच आहे.”

“ठिक आहे आर्य तुम्ही म्हणत असाल तर मी बोलतो सत्त्याशी याबाबत.” अस म्हणुन राघव आर्यचा निरोप घेतो.

बाहेर वेद इकडुन तिकडे घिरट्या घालत होता. आर्यनी त्याला हाक मारुन आत बोलावल.

हलकस स्मित करुन आर्य त्याला म्हणाले, “अस म्हणतात, तुम्ही ज्याचा शोध घेत असता, खरतर तेच तुमचा शोध घेत असत..”

“मला समजल नाही आर्य.”

“नशिबवान आहेस वेद तु, तु पाषाणाची केवळ माहिती विचारलीस आणि....”

“आणि काय आर्य?”

“जर त्या परमेश्वराची ईच्छा असेल तर तुला हा पाषाण पहायलाही मिळेल..लवकरच..”

* * *

राघव मुख्यालयात येतो. जीया घाई घाईत त्याच्या जवळ आली.

“राघव लवकर चल, तुला काहीतरी दाखवायचं आहे.”

दोघेही राघवच्या केबिनमध्ये येतात.

“तुझी शंका खरी आहे राघव, आपल्याला हायजॅक करण्यात आलं आहे.” नील उद्गारतो.

राघवच्या पायाखालची जमिन सरकते.

निल त्याला समजावुन सांगतो, “आम्ही एक एक करत फ्रिक्वेंसी तपासुन पाहत होतो, पण सगळ्या सुस्थितीत होत्या. काय कराव समजेना. मग सुचल जिथुन घटकांचा यंत्रणेशी संपर्क सुटला आहे त्या फ्रिक्वेंसी

तपासुन पहाव्यात. राघव त्या सर्व एकाच रेंजमधील फ्रिक्वेंसी आहेत, जिथुन आपला मानवी संपर्क तुटला आहे आणि त्यांनाच अतिशय शिताफीन हायजॅक करण्यात आलं आहे. आपल्याला कळलच नसत की आपण केव्हा आणि कसे एका मोठ्या जाळ्यात अडकलो आहोत ते."

"निट आणि सविस्तर सांग."

"माझ्या अंदाजाने, त्यानी सर्वात आधी संस्थेतील आपल्याच एका अधिकाऱ्याला हाताशी धरुन आपल्याच यंत्रणेतुन सर्वात नाजुक आणि संवेदनशील फ्रिक्वेंसी परकीय यंत्रणेशी जोडल्या. कोणाला शंका येऊ नये म्हणुन एक खोटा विषाणु यंत्रणेत पेरला, ज्यामुळे आपली दिशाभुल होईल. आपण आपल्या यंत्रणेत तृटी शोधत राहिलो आणि तिकडे ते एका बाहेरुन आपली यंत्रणा पोखरत आहेत. एका फ्रिक्वेंसीवरुन ते हळु हळु इतर फ्रिक्वेंसींचा ताबा घेत आहेत, त्या फ्रिक्वेंसीवर असलेल्या मानवी जिवनाचा ताबा घेत आहेत. आतापर्यंत जगभरातील ५४६ फ्रिक्वेंसी हायजॅक करण्यात आल्या आहेत राघव. तुझी शंका खरी ठरली आहे, हे एक मोठ षडयंत्र आहे."

"ताबडतोब ही बाब सत्याच्या कानावर घालायला हवी, नाहितर अनर्थ होईल." राघव उद्गारतो.

* * *

आपत्कालाचा लाल दिवा वाजु लागतो. तसे सर्वजण गडबडु लागतात.

राघव धावत सभागृहात पोहचतो. त्यांच्या आधी इतर लोक आलेले असतात. सत्त्यादेखिल मागुन धावत येतो.

"हे परमेश्वरा." समोरच्या मुख्य पटलावरील फिरता नकाशा पाहुन सत्त्या उद्गारतो.

हिरव्या रेखा दुर्मिळ होत चालल्या होत्या. हिरव्यावरुन पिवळ्या आणि पिवळ्यावरुन लाल. वेगाने त्यांचा रंग बदलत होता.

"बेला." मागे उभ्या असलेल्या बेला ला राघव हाक मारतो. ती त्याच्या जवळ येते, "सर्वांना आपत्कालाचा इशारा दे."

“हो राघव.” ती बाहेर जाते.

“सत्त्या.” राघव मागुन हाक मारतो.

“ही साखळी तोडायला हवी. नाहीतर अनर्थ होईल. मला एक अन एक कर्मचारी अधिकारी सभेसाठी उपस्थित हवा आहे.” सत्त्या मोठ्याने ओरडतो, “श्रेणी ४ पासुन श्रेणी ७ पर्यंत सगळे मला इथे उपस्थित हवेत; ताबडतोब. हातातील सगळी कामे सोडुन सर्वाना एकत्र करा.”

सत्त्याला चिडलेल पाहुन सभगृहात धावपळ सुरु होते. दुरध्वनीद्वारे, संदेशाद्वारे सर्वाना बैठकीचा निरोप पोहचवला जातो.

* * *

“सत्त्या मला तुला काहीतरी सांगायच आहे.” दबकत दबकत राघव बोलतो.

“आता नाही राघव. माझी मनस्थिती ठिक नाहिये सध्या, पुन्हा केव्हातरी बोलु.” सत्त्या आपल्या कक्षात येरझाऱ्या मारत होता.

इतक्यात बेला तिथे येते आणि बैठकीची तयारी झाल्याच कळवते.

“सत्त्या हे कयासशीच संबंधित आहे. मला फक्त तुझा थोडा वेळ हवाय.”

“आपल्याकडे वेळच नाहिये राघव समजुन घे. बैठकीला चल मला तुम्हाला काही सुचना द्यायच्या आहेत.” अस म्हणुन सत्या तेथुन निघु लागतो.

“आपल्याला हायजॅक केलय सत्त्या..” राघव चिडुन मोठ्याने ओरडतो. तसा सत्त्या जागीच थांबतो. सत्त्या मागे वळुन पाहतो. राघवला यापुर्वी अस संतापलेल त्याने कधीच पाहिल नव्हत.

“तुला काय म्हणायच आहे?” राघवचा गंभीर चेहरा पाहुन सत्त्या उद्गारतो.

“कयासचा बिघाड केवळ आपली दिशाभुल करण्यासाठी होता. खऱ्या संकटाची आपल्याला कल्पनाही नाहिये. ही कुठल्याही माथेफिरूची चुक नाहीये. हे एक मोठ षडयंत्र आहे. एक नियोजनबद्ध षडयंत्र.”

राघव सत्त्याला संपुर्ण प्रकरणाची माहिती देतो.

"हे कस शक्य आहे. ही संस्था उभारण्यासाठी, ही यंत्रणा निर्माण करण्यासाठी तुला माहित आहे किती वर्षे लागली? २००० वर्षे राघव २००० वर्षे. अथक परिश्रमानंतर, कित्येक वर्षाच्या संशोधनानंतर, कित्येक अपयशानंतर, आपापसांतील तात्विक आणि तांत्रिक मंतभेदांवर मात करुन मगच या यंत्रणेची निर्मिती करण्यात आली होती, यासाठी कित्येकाना आपल्या आयुष्याला थांबवाव लागलं आहे, आपला प्रवास थांबवावा लागला आहे, कित्येकाना तर आपल्या प्राणांची आहुती द्यावी लागली आहे. आणि तु इतक्या सहज म्हणतो आहेस की दुसरी यंत्रणा हे सार घडवुन आणत आहे. दुसरी यंत्रणा निर्माण करण इतक सोप्प नाहिये. विधी एकच आहे जी आपली आहे आणि विधीलिखिताशी कोणीही खेळु शकत नाही, ते अशक्य आहे. तुझा काही तरी गैरसमज होतोय."

"नाही सत्त्या हेच खरं आहे." राघव त्याला समजावण्याचा प्रयत्न करतो, "आणि विचार कर हा केवळ कयासचा तांत्रिक बिघाड असता, तर ठराविक कंपणे बाधित झाली नसती, संपुर्ण यंत्रणा कोलमडली असती?

"पण दुसरी यंत्रणा आहे याचा पुरावा काय?"

"केवळ पुरावाच नाही तर खरी समस्या ही भेटेल आणि दैव सोबत असेल तर त्याच समाधान ही भेटेल." दारात उभे असलेले आर्य उद्‌गारतात.

"आर्य तुम्ही इथे?" आर्यना अचानक तिथे पाहुन सत्या आश्चर्यचकीत झाला.

"माझ्या शंकेबाबत खात्री करुन घेण्यासाठी मी आधी आर्यना भेटलो, त्यानाही तेच वाटतय जे मला वाटतय."

"आर्य समस्या सांगितली पण पुढे काय? राघव जसा म्हणतोय की आपली प्रणाली या परकीय शक्तीना शोधायला सक्षम नाहिये तर मग मार्ग कसा भेटणार?"

"कयास आत्ताच तंत्र आहे सत्त्या. मनुष्याने निर्माण केलेलं. पण कयासच्या ही कित्येक वर्षा आधीपासुन काही तंत्रे अस्तित्वात होती, आणि

त्यांच्याच पैकी एका तंत्राने कयासचा शोध लावला आहे हे विसरलास तु." आर्य पुढे बोलु लागतात,

"विधीच्या स्थापनेच्या आधी या विश्वाच्या शोधाआधी पृथ्वीवर काही तपस्वी असेही होते ज्यांना त्यांच्या साधनेतुन भविष्यात घडणाऱ्या घटनांचा अंदाज यायचा. ज्यांना आपण संभाव्यता म्हणतो. मग आपल्याच प्रमाणे त्या घटना अनुकुल असाव्यात, ज्याने सृष्टीची हानी होऊ नये यासाठी ते प्रयत्न करत. त्यांच्या ध्यानसाधनेतुन, त्याच्या विचार मंथनातुन विचारांची, कल्पनांची देवाण घेवाण केली जायची. संतुलन व्यवस्थापन करणाऱ्या तपस्वींचा, ऋषींचा एक संघ निर्माण झाला होता ज्याला 'दिव्यदुत' म्हटल जायच. दिव्य शक्तींच वरदान लाभलेले दुत; दिव्यदुत. आपापला प्रदेश संतुलित ठेवण्यासाठी ते त्यांच्या त्यांच्या परीने प्रयत्न करत होते, पण त्यात सुसुत्रतेची कमी होती. त्यांच्या विचारप्रवाहांना क्षेत्राच्या मर्यादा नव्हत्या. सीमा पार करून कधी ते एकमेकांशी गुंतु लागले, कधी एकमेकाना भेदु लागले, तर कधी एकमेकांवर लादु लागले. ज्याच्या परिणामस्वरुप मानवीजीवन, मानवी घटनाचक्र विस्कळीत होऊ लागल.

तुमची आताची समस्या या समस्येला मिळती जुळती आहे. बरोबर ना राघव? पण यात एक फरक आहे. तपस्वींकडुन ही प्रवाहांची गुंतागुंत अनावधानाने किंवा अपघाताने होत होती. आणि इथे ती घडविण्यात आली आहे.

जेव्हा त्या तपस्वींच्या लक्षात आलं की त्यांच्या विचार प्रवाहांची गुंतागुंत होत आहे, सरमिसळ होत आहे, त्यांनी या प्रवाहांची एक साचेबद्ध संरचना करायचं ठरवलं.

त्यांनी अनेक वर्षे यावर अभ्यास केला, संशोधन केलं, घोर तपश्चर्या केल्या त्यानंतर कुठे त्यांना प्रवाहांच्या संरचनेच सुत्र सापडलं, ज्याला त्यांनी 'परिवर्तन सुत्र' असं नामकरण केलं. त्यांनी सर्व प्रवाहांचा एक महाजाल निर्माण केला. आणि तेव्हापासुन संतुलनाचं कार्य सोयीस्कर झालं. ना प्रवाहांची गुंतागुंत झाली ना सरमिसळ झाली.

आता तुम्हाला प्रश्न पडला असेल की या सगळ्याचा कयासशी काय संबंध?

तर कयासच्या निर्मितीसाठी त्यावेळी प्रवाहजालाच्या याच प्राचिन सुत्राचा आधार घेण्यात आला आहे."

"म्हणजेच कयासला दुरुस्त करायच असेल तर त्या सुत्राचा उपयोग होऊ शकतो." राघव विचारतो.

"अर्थात... आणि जर कयास दुरुस्त झाला तर ती दुसरी यंत्रणा शोधणही शक्य होईल." आर्य विश्वासाने बोलतात. तसा सर्वाना धीर येतो.

"आर्य. तुम्हाला माहित आहे काय आहे ते सुत्र?" बेला विचारते.

"नाही; पण कोठे आहे ते ठाऊक आहे." ते पुढे बोलू लागले, "त्यावेळी सर्व सुत्रे लिखित स्वरुपात कागदावर उतरविली जायची पण कालांतराने कागद गहाळ होऊ शकतो, शाई पुसली जाऊ शकते त्यामुळे काही महत्वाची सुत्रे दिव्य स्वरुपात वस्तुंमध्ये साठविली जायची. ते विशिष्ट सुत्रही दिव्यदुतांनी केवळ कागदावरच उतरवल नव्हतं; तर एका वस्तुतही उतरवलं होतं जेणे करुन कागदावरचं सुत्र मिटलं तरी त्या वस्तुत ते टिकुन राहिल."

"कोणती वस्तु आर्य?"

"दिव्यदुतांनी ते सुत्र एका दगडावर उतरवलं. त्या दगडाला पवित्र पाषाण म्हणतात."

"म्हणजे तो पाषाण केवळ पाषाण नसून प्राचीन शिलालेख आहे?" वेदला पुस्तकातील त्या दैवी पाषाणाच रहस्य उमगलं.

"हो. वर्षे लोटली कागदावरची सुत्रे पुसट झाली, पण पाषाण अझुनही तसाच आहे." आर्य उद्गारले.

"कुठे आहे हा पाषाण आर्य?" समरने विचारलं.

"हा पाषाण कोणाच्या ही हाती लागणार नाही. केवळ त्या दिव्यदुतांचे वारसच त्याचा वापर करु शकतात."

"दिव्यदुतांचे वारस? आता त्याना कोठे शोधायचे?" समर वैतागुन विचारतो.

"एक मला माहित आहे." आर्य सत्त्याकडे पाहतात. तसे सगळे सत्त्याकडे पाहु लागतात.

"सत्त्या?" वेद मनातल्या मनात पुटपुटतो.

"पाषाणाला सक्रिय करायला सगळ्या तपस्वींचे वारस लागतील आर्य." सत्या उद्गारतो.

"सगळ्या तपस्वींच सामर्थ्य त्या एकाच वारसामध्ये आहे सत्त्या आणि हे तुला माझ्यापेक्षा जास्त ठाऊक आहे."

"देवांशी?" समर आश्चर्याने उद्गारतो. खोलित गंभीर शांतता पसरते.

* * *

बैठक सुरु होते. संस्थेतील अधिकारी, क्षेत्रदुत, सीमारक्षक सगळ्यांनी त्यांच्या त्यांच्या ठिकाणांहून बैठकीला उपस्थिती लावली. ती अतिशय महत्वाची बैठक असणार होती, काही अटीतटीचे निर्णय त्या ठिकाणी घेण्यात येणार होते, त्यामुळे सगळे न चुकता बैठकीस हजर होते आणि सत्त्याची वाट पाहत होते.

सत्त्याचं सभागृहात आगमन झालं. नेहमीसारख चैतन्याने भरलेलं त्याच्या व्यक्तिमत्वाचं वलय कुठेतरी गायब झालं होतं. यापुर्वी कितीही मोठ संकट आलं तरी त्याचा रुबाब, त्याचा दरारा कमी होत नव्हता, उलट तो आणखी खुलुन यायचा. संकटाला जणु तो उर्जानिर्मितीच साधन बनवायचा. पण यावेळी परिस्थिती वेगळी होती. यावेळी त्याच्या डोळ्यात चैतन्याच्या जागी चिंता दिसत होती.

"सत्त्या आपली यंत्रणा कोलमडु लागलीये, गोष्टी आपल्या हातातुन निसटत चालल्या आहेत."

"हो ना... मानवी जिवनाशी आपला संपर्क सुटत चालला आहे.. आणि त्यामुळे ते भरकटत आहेत. आपल्याला लवकर काहितरी करायला हवय."

प्रत्येक जण एक एक करत आपाआपले मुद्दे मांडत होते. त्यांच्या बोलण्यात काळजी वजा भिती जाणवत होती. सत्त्याला दडपण आल होत

कारण जे सत्य तो आता सगळ्याना सांगणार होता ते त्यांच्या कल्पनेच्या पलिकडच होतं.

त्याने सभागृहात चोहीकडे आपली नजर फिरवली, काही जण आपआपसात चर्चा करत होते, काही जण सत्त्याला प्रश्न करत होते. समर आणि राघव सगळ्याना शांत राहण्याची विनंती करत होते, पण कोणीच काही ऐकण्याच्या मनस्थितीत नव्हत.

"आपल्याला हायजॅक करण्यात आल आहे." सत्त्या मोठ्याने ओरडला तस सगळ्यांच लक्ष त्याच्याकडे गेल.

"हायजॅक केलय? तुला म्हणायच काय आहे सत्त्या?" रायमाचा सत्याच्या बोलण्यावर विश्वास बसत नव्हता.

"एका बाह्यशक्तीने महाजालातील काही कंपणे हॅक केली आहेत."

"बाह्यशक्तीने? या विश्वाला चालविणारी एकमेव शक्ती आपण आहोत सत्त्या..."

"दुर्दैवाने यापुढे नाही." सत्त्या स्पष्टपणे बोलतो, "मान्य आहे या विश्वाला आत्तापर्यंत चालविणारी शक्ती आपण आहोत. पण आपणच एकमेव आहोत या विधानाशी मी सहमत नाही. आपल्याला आवाहन देणारी शक्ती असु शकते असं मला वाटतं."

"हे अशक्य आहे सत्त्या, केंद्रिय संतुलन समितीने सांगितल आहे का हे?" एक जण विचारतो.

"नाही. हे आपण शोधलं आहे."

"कोणती बाह्यशक्ती आहे कळेल का?"

"ती एक अदृश्य शक्ती आहे. त्यामुळे ती कोण आहे, तिचा नेमका उद्देश काय आहे हे आत्ता मी नाही सांगु शकत."

"मग तु हे इतक खात्रीने कस काय सांगु शकतोस? आपल्याला त्या परमशक्तीने निवडल आहे सत्त्या सृष्टीच्या रक्षणासाठी. आपणच महाशक्ती आहोत, आपल्या व्यतिरिक्त दुसरी शक्ती अस्तित्वात असणं केवळ अशक्य आहे." रायमा तिच म्हणन मांडते.

"मी सहमत आहे रायमाशी. एवढ मोठ विधान करण्यापुर्वी तु सत्य पडताळुन पहायला हवय सत्त्या. संतुलन समितीशी चर्चा करुन मगच तु ते जाहिर करायला हव होत." तांत्रिक विभागाचा मुख्य उद्गारतो.

"चर्चा करण्याइतका वेळ नाही आपल्याकडे आणि हेच सांगायला तुम्हाला इथे बोलावल आहे." समर सत्त्याच्या बचावासाठी पुढे येतो. "वाद विवाद, मत - दुमत थोड बाजुला ठेउन सत्त्या काय म्हणतोय ते ऐका. आपण इथे समस्या सोडविण्यासाठी आहोत वाढविण्यासाठी नाही."

"तुमच म्हणणं रास्त आहे की सत्य अस उघड उघड जाहिर करण्याआधी मी ते पडताळुन पहायला हवय. पण त्यामुळे सत्य बदलणार नाही, हातातील वेळ मात्र निघुन जाईल आणि एका अनपेक्षित अनर्थाला आपल्याला सामोर जाव लागेल. त्या बाह्य शक्तीने आपल पहिल पाऊल टाकुन आपल्या यंत्रणेत प्रवेश केला आहे आपल्याला तिने दुसर पाऊल टाकण्याआधीच तिला परतवुन लावायच आहे. आणि त्यासाठी मला माझ्या सहकार्याची साथ हवी आहे, मला तुमची साथ हवी आहे. म्हणुन संतुलन समितीकडे न जाता आधी मी तुमच्याकडे आलो आहे. आशा आहे जो विश्वास माझा तुमच्यावर आहे तितकाच विश्वास तुमचा माझ्यावरही असेल."

त्याने आशेने सभागृहात नजर फिरवली. सर्वत्र एकच शांतता पसरली होती. कोणीच काही बोलत नव्हत. सत्त्याच्या बोलण्यावर विश्वास ठेवावा की नाही हा पेच सर्वांच्या मनात निर्माण झाला होता.

इतक्यात रायमा उभी राहिली.

"आमचा विश्वास आहे सत्त्या तुझ्यावर आणि आम्ही आहोत तुझ्यासोबत."

रायमाच्या वाक्याला सगळे दुजोरा देतात.

"पण सत्त्या तुझ्या म्हणण्यानुसार ती शक्ती जर खरच अदृश्य असेल, आपल्याच इतकी कदाचित आपल्यापेक्षा अधिक शक्तिशाली असेल. तर आपण तिच्यापर्यंत पोहचणार कस? तिला थांबवणार कस?"

"ती शक्ती अदृश्य आहे अगम्य नाही. आणि खरंच ती आपल्यासारखी किवा आपल्यापेक्षा अधिक शक्तिशाली असती तर तिने असा लपुन वार

केला नसता. महाजालाच्या नाजुक संवेदंशील कंपनांचा वापर केला नसता." सत्त्या तिच्या प्रश्नांची उत्तर देतो.

"मग आता आपण काय करायच आहे?

"जे आपण नेहमी करतो. ज्यासाठी आपण इथे आहोत, सृष्टीच रक्षण. जे घाव त्या दुष्ट शक्तीने मानवी जिवनावर केले आहेत त्याना भरायच आहे, जे घाव ती मानवी जिवनाला देणार आहे त्याला थोपवायच आहे. आतापर्यंत आपण त्यांच्या प्रवासात मार्गदर्शक बनुन आपल कर्तव्य पार पाडत होतो. इथुन पुढे काही दिवस त्यांच रक्षा कवच बनुन त्यांच्या रक्षकाच कर्तव्य निभवायचं आहे."

"पण सत्त्या आपला मानवी जीवनाशी संपर्क सुटत चालला आहे. आपण त्यांच्यापर्यंत पोहोचणार कस?"

"आपण नाही पोहचु शकत, आपले क्षेत्रदुत तर पोहचु शकतात?"

सभागृहात कुजबुज सुरु होते. पृथ्वीवरील क्षेत्रदुतानाही धक्का बसला.

"आपली ही लढाई आता या चार भिंतीपुरती मर्यादित राहिली नाही. ही लढाई आता आपल्याला थेट रणांगणावर लढायची आहे, पृथ्वीवर लढायची आहे. ज्यावेळी एखाद्या कंपनाचा यंत्रणेशी संपर्क सुटेल, व्यवस्थापन विभागाने त्या कंपनावरील मानवीघटकांची माहिती संबंधित क्षेत्रदुताना द्यायची आहे. क्षेत्रदुतानी तात्काळ त्या मानवी घटकापर्यंत पोहचायच आहे, त्याची फ्रिक्वेंसी बदलुन त्याला त्या कंपनावरुन स्थलांतरित करायच आहे, त्याला आत्महत्येपासुन परावृत्त करायच आहे."

"पण सत्त्या जर आपला त्या घटकांशी संपर्क सुटला असेल तर क्षेत्रदुतांची उपकरणे तिथे काम करणार नाहीत. अशावेळी काय करायच आहे." एका क्षेत्रदुताने प्रश्न केला

"अशावेळी ते त्यांच्या भौतिक शक्तींचा वापर करु शकतात."

सत्त्याच्या या वाक्याने सर्वांना धक्का बसला. सभागृहात कुजबुज सुरु झाली.

समर आणि राघव ही एकमेकांकडे आश्चर्याने पाहु लागले.

"पण सत्त्या भौतिक शक्तींच्या वापराला प्रतिबंध आहेत आणि जर खरच कधी त्याचा वापर करण्याची वेळ आली तर त्यासाठी संतुलन समितीची मान्यता आवश्यक आहे." एकाने आपली शंका व्यक्त केली.

"संतुलन समितीच्या सदस्यांपैकी एक या अधिकाराने आत्ता या क्षणापासुन भौतिक शक्तींच्या वापराचे अधिकार मी क्षेत्र दुतना देत आहे आणि भविष्यातील त्याच्या परिणामांची जबाबदारी मी स्वतःवर घेत आहे. क्षेत्रदुताना त्याची चिंता करण्याची गरज नाही. पण भौतिक शक्तींचा वापर केवळ आणिबाणीच्या वेळीच करणेत यावा."

सत्त्या पुढे बोलु लागतो, "क्षेत्रदुतांच्या यशस्वी मोहिमेनंतर, प्रोग्रामींग टिम त्यामानवी घटकाच्या चेतासंस्थेची पाहणी करेल आणि डॅमेज झालेल्या चेतातंतुना दुरुस्त करेल. घटना व्यवस्थापक, संभाव्यता तज्ञ दरम्यान तुम्ही क्षेत्र दुताच्या संपर्कात राहुन त्याला मार्गदर्शन करायच आहे, त्याला उद्भवणार्‍या समस्येच निराकरण करण्यासाठी त्याला मदत करायची आहे. एका क्षेत्रदुताला आता आपल्या सगळ्याची जबाबदारी पार पाडायची आहे."

"आम्ही आमची पुर्ण शक्ती पणाला लावु सत्त्या, परंतु त्या परकीय शक्तीला आपला आणि पृथ्वीचा ताबा कधीच घेऊ देणार नाही. महाशक्ती केवळ एकच होती, आहे आणि एकच असेल." क्षेत्रदुतांचा प्रमुख उद्गारतो. इतर सर्वही त्याच्या बोलण्याला दुजोरा देत सत्त्याला साथ देण्याचा शब्द देतात. सत्त्या भारावलेल्या नजरेने सगळ्यांकडे पाहत असतो इतक्यात आर्य त्याच्याजवळ येतात आणि त्याला बोलतात,

"सत्त्या, एका रणांगण युद्धासाठी सज्ज केलस, दुसर्‍याचं काय?"

"दुसर्‍या रणांगणात सत्त्याची आवश्यकता नाही आर्य, सत्त्याची सावलीच पुरेशी आहे." सत्या उद्गारतो.

"पण सत्त्याची सावली आहे कुठे?" आर्य विचारतात.

१

देवांशी

वादी. स्वर्णपासुन काही शे किलो मीटर दुर वसलेला समुद्र किनारपट्टीचा भाग:

"इथे आहे मी.." फुलाचा सुगंध घेत मागून आलेल्या हाकेला तिने ओ दिली.

फुलांच्या बागेत देवांशी रमली होती. उंच सडपातळ बांध्याची, निळसर डोळ्यांची, हसऱ्या चेहऱ्याची देवांशी कुठलाही साज श्रृंगार न करताही ती आकर्षक दिसत होती. गुढग्यापर्यंत खाली रुळणाऱ्या लांबसडक केसांनी तिच्या देखण्या रुपात आणखीनच भर घातली होती. तिच्या स्पर्शाने कोमेजलेली फुले, सुकलेली पाने पुन्हा बहरत होती, कळ्या उमलत होत्या. त्यांच्यासोबत खेळायला, बाग पुन्हा फुलवायला तिला आवडत असे. कुठेच सापडली नाही की तिच्या बागेत ती नक्कीच भेटायची आणि म्हणूनच तिला शोधत तिचे दोन सवंगडी तिथे आले होते.

"देवांशी तु बोलावलंस?" एकाने विचारलं.

"हो." तिने होकारार्थी मान हलविली, "मी ऐकलय की तु उत्तम पोहतोस?" त्या दोघांपैकी एकाला तिने विचारलं.

"हो बऱ्यापैकी." तो उत्तरतो.

"आता याचं काही खरं नाही." त्यांच्या बाजुला उभा असलेला दुसरा युवक तोंडांतल्या तोंडात पुटपुटतो। "शर्यत लावुया. तो दुर्ग दिसतोय का? कोण सर्वात आधी त्यावर पोहचतोय." समुद्रातील बेटावरच्या टेकडीकडे बोट दाखवुन देवांशी त्याला विचारते.

थोडा विचार करून तो उद्‌गारतो,"एवढच ना. लावुयात शर्यत. पण जो जिंकेन त्याला काय मिळेल?"

"ते जिंकल्यावर ठरवुया."

"असं कसं.. इतर वेळची गोष्ट वेगळी आहे, ही वेळ भरतीची आहे; आणि समुद्राकडे पहा किती खवळला आहे. जीवाची बाजी लावावी लागणार आहे."

ज्या ज्या वेळी समुद्राला उधाण चढायचं; त्यात उतरायची देवांशीला तलप व्हायची आणि ती तलप आणखी रंजक करण्यासाठी वाडीतल्या एखाद्‌या व्यक्तीसोबत ती शर्यत लावायची. यावेळीही समुद्राला उधान आलं होतं. लाटाही बेफाम झाल्या होत्या. चवताळल्यागत त्या किनाऱ्यावर येऊन आदळत होत्या. अशांत त्यांच्या तावडीत एखादा सापडला तर त्याची खैर नव्हती. समुद्रात उतरणं सोडाच पण किनाऱ्यावर साधं उभं राहणं जोखमीच होतं. आणि जोखीम पत्कारणं देवांशीची सवय होती. तिला समुद्रात उतरायचं होतं, लाटांशी फिडायचं होतं आणि त्यासाठी तिला उत्तेजित करणारं ठोस कारण हवं होतं, जे त्यांच्या शर्यतीमध्ये होतं. समुद्र शांत होण्या आधी तिला त्या बेटापर्यंत पोहाचायचं होतं, त्यामुळे त्या युवकाची अट मान्य करणं तिला भाग होतं.

"बरं बरं सांग काय हवय तुला?" तिने विचारलं.

"सांग सांग, असही त्याचा काही उपयोग नाही." दुसरा युवक उद्‌गारतो.

"म्हणजे?"

"म्हणजे शर्यत हीच जिंकणार. दरवेळी ही हीच जिंकते. त्यामुळे तु सांगितल काय आणि नाही सांगितल काय एकुण एकच आहे."

"पण या वेळी मी जिंकणार. सांग देवा, मी जिंकल्यावर मला काय मिळणार?"

"काय हवय तुला?"

"स्वर्ण. मला स्वर्ण पहायचयं."

"स्वर्ण पहायचय याला. अस तोंडवर करुन कोणीही जाईल आणि ते आत घेतील असं वाटतय का तुला?" दुसऱ्या युवकाने टोमणा मारला.

"देवांशीसोबत शर्यत लावतोय, अस कोणालाही नाही जमत." मग देवांशीकडे पाहत तो आत्मविश्वासाने बोलला, "मंजुर असेल तर बोल नाहीतर मला ही काही हौस नाही स्वत:चा जीव धोक्यात घालायची."

"मेलेल्याला जिवाची काळजी. गंमतच आहे." मिश्किलपणे हसत दूसरा युवक हळूच पुटपुटतो.

"यातना केवळ शरीराला नाही, आत्म्याला ही भोगाव्या लागतात आणि तुला एवढीच गंमत वाटत असेल तर तू उतर ना या खवळलेल्या प्रवाहात." त्याच्या स्पष्ट बोलण्याने दुसरा युवक शांत बसतो, "बोल देवांशी काय ठरवलस तू, मंजूर आहे माझी अट?"

"मंजुर.." त्याच्या आत्मविश्वास आणि स्पष्टवक्तेपणाने देवांशीच्या मनात छाप पाडली त्यामुळे जराही विलंब न करता तिने त्याची अट मान्य केली.

"ठिक आहे मग मी तयार आहे." तो उत्साहाने उद्गारला.

दोघही समुद्राच्या दिशेने तोंड करुन उभे राहतात आणि पाण्यात उडी मारायला सज्ज होतात.

एक दोन तीन... तीन चा उच्चार होताच दोघांनीही पाण्यात सुर मारला.

समुद्रात लाटानी खळबळ माजविली होती. पण अशातही प्रत्येक लाटेला भेदत देवांशी पुढे सरत होती. तिचा प्रतिस्पर्धी युवक देखिल तिच्याच बाजुने तिला टक्कर देत पुढे जात होता. या आधीच्या सगळ्या शर्यती तिने एक हाती जिंकल्या होत्या. कोणी घाबरून अर्ध्यातूनच मागे फिरायचं, कोणाला मध्येच चक्कर यायची, तर कोणी कित्येक दिवस बेपत्ता व्हायचं. काही दिवसांनी बेसुद अवस्थेत जवळपासच्या किनाऱ्यावर संपडायचं; पण यावेळी अवाहन तगड होत, समुद्रही खवळला होता त्यामुळे पैजदेखील रंगात आली होती. दुर्ग आता थोड्याच अंतरावर राहिला होता. देवांशी थकली होती, पोहणं थांबुन ती मान वर करुन इकडे तिकडे पाहु लागली. प्रवाहातुन मार्ग काढत तो सरसर तिच्या पुढे गेला. त्याला पुढे जाताना पाहुन तिच्या चेहऱ्यावर हलकसं हसु अवतरलं. दिर्घ श्वास घेऊन तिने पाण्यात डुबकी मारली आणि ती सरसर पुढे जाऊ लागली. यावेळी

वार्‍यापेक्षा ही अधिक वेगाने तिचे हात पाय फिरु लागले आणि बघता बघता तीने त्याला मागे सारलं. अखेर ती दुर्गाच्या पायथ्याला पोहचली, जो वेग तिचा पाण्यात होता तितक्याच वेगाने ती दुर्ग चढु लागली. डोळ्याची पापणी लवते न लवते तो ती एका टोकावरुन दुसर्‍या टोकावर पोहचत होती. तिच्या मागोमाग तो देखील तितक्याच जिद्दीने दुर्ग चढत होता.

अखेर तिने बुरुज गाठला. धापा टाकत ती तशीच एका कोपर्‍यात दगडाला टेकुन बसली. तिचा श्वास कमी जास्त होत होता. वार्‍याची थंडगार झुळुक तिच्या चेहर्‍याला तिच्या केसाना स्पर्श करुन जात होती. डोळे मिटुन शांतपणे तशीच बसुन राहीली.

थोड्याच वेळात तो युवक देखील तिथे पोहचला. तिला शांत पडलेल पाहुन काहीही न बोलता तिच्या जवळ येऊन बसला.

तीने हळुच डोळे उघडले.

त्याच्याकडे पाहत ती उद्गारली,"अभिनंदन."

“कशाच? शर्यत हरल्याच?”

“अन्ह. समाधान जिंकल्याचं?” ती उद्गारते, “जो तुझ्या चेहऱ्यावर स्पष्ट दिसतोय.”

त्याने हलकस स्मित केलं आणि कुतज्ञतेच्या स्वरात बोलला, “आभारी आहे देवांशी तुझा. तुझ्यामुळे आज मला एक अविस्मरणीय अनुभव लाभला. एक वेळ अशी आली होती की असं वाटत होतं, त्या लाटा ते वादळ, तो काळोख जीव घेईल की काय पण मग बाजुला तु दिसली, जिद्दीने पुढे जाताना आणि काय झाल कोणास ठाऊक अचानक माझ्यात ऊर्जा संचारली आणि मी ही तुझ्या पाठोपाठ आलो. खुप प्रसन्न वाटतय आता. आणि हो बरोबर आहे तुझ; खरच शर्यत जरी हरलो असलो तरी समाधान जिंकलय मी आज.. भितीच्या पलिकडचं, न्युनगंडाच्या पलिकडचं आत्मिक समाधान आज मला तुझ्यामुळे मिळालं.”

दोघेही तसेच थोडावेळ तिथे बसुन राहतात. ढगांच्या आडुन सुर्य डोकं वर काढत होता. काही वेळाने जरा दबकुनच तो तिला विचारतो, “एक विचारु देवांशी?”

"हम्म. विचार की, संकोच का करतोय?"

"तुझ्या चेहऱ्यावर मला जिंकल्याचा आनंद दिसत नाहिये."

मिश्किलपणे हसत ती उद्गारते, "६८७ पैकी ६८७ व्यांदा जिंकलीये ही शर्यत... ज्यांना विजयाचा शाप असतो, त्यांच्या नशिबात विजयाचा आनंद नसतो." ती उठून उभी राहते, "तु खुप उत्तम खेळलास. तुझ्यासोबतची ही लढत माझ्या कायम स्मरणात राहील, कारण ही शर्यत एक आशेचा किरण देऊन गेली की हा विजयाचा शाप एक दिवस उतरेल. कधीतरी कोणीतरी मलाही पराजित करेल."

"देवांशी तु विजयी होत आहेस तुझ्यातील श्रेष्ठतेमुळे, त्याला शाप समजुन त्याचा अपमान करु नकोस."

"श्रेष्ठत्व त्याच्यासोबत एकटेपणाही घेऊन येत मित्रा, माहित असेल तुला आणि २००० वर्षांच्या एकटेपणाला शाप समजायच की आशिर्वाद तु ठरव."

"२००० वर्षे खुप काळ आहे देवांशी, तुला यातुन मोकळं होऊशी नाही वाटल कधी? नविन जीवनप्रवासाची सुरुवात कराविशी नाही वाटली कधी? माझ्यासारखे कित्येक लोक तुला इथे भेटले असतील, पुन्हा त्यांच्या नव्या वाटेवर नव्या प्रवासाला गेलेही असतील त्यांच्याकडे पाहुन कधी पृथ्वीवरच्या जीवनाचा मोह तुला झाला नाही?"

"कोणाच्यातरी वचनाने मला इथे बांधुन ठेवलं आहे." देवांशी बोलते.

"२००० वर्षे देवांशी... केवळ एका वचनासाठी... कमाल आहे." त्याला आश्चर्य वाटत

भरती नंतर शांत होऊ लागलेल्या सागराला पाहत तसेच बराच वेळ ते दोघे तिथे उभे राहतात. अचानक अभाळात इंद्रधनुष्य अवतरतं.

"इंद्रधनुष्य? यावेळी?" तो युवक आश्चर्याने उद्गारतो.

देवांशीचं लक्ष त्यांच्याकडे जातं.

"तुला स्वर्ण पहायच होतं ना?"

"हो. पण हरलो ना मी." नाराजीच्या स्वरात तो उद्गारतो

"चल."

"काय? खरचं? आणि कधी?" तो हर्षाने विचारु लागतो.

"आत्ता." ती उद्‌गारते.

त्याने आश्चर्याने तिच्याकडे पाहिलं. तिने त्याचा हात घट्ट पकडला आणि त्याच उंच दुर्गावरुन पुन्हा समुद्रात उडी मारली. दोघेही लाटांवर आदळत होते. मध्येच त्याना काही ध्वनी ऐकु येत होते, कधी प्रखर प्रकाश डोळ्यांवर पडत होता, तर कधी काळोख दाटुन येत होता. त्या भयानक गदारोळात त्याला धड आपले हात पायही हालवता येत नव्हते. घाबरुन त्याने डोळे घट्ट मिटुन घेतले, त्याचं डोकं सुन्न झालं होतं.

* * *

लाटा संथ झाल्या होत्या. पाण्यातुन त्याने डोकं बाहेर काढलं. त्याला किनारा दिसु लागला. देवांशीने त्याचा हात सोडला, पोहत पोहत दोघे किनऱ्यावर आले.

"देवांशी.. अग काय होत हे? सांगायचस तरी." अंगावरच पाणी झाडत तो उद्‌गारला, आजुबाजुला पाहुन त्याला आश्चर्याचा धक्का बसला, "हे कुठे आलोय आपण?"

"आपण आश्रमात आलो आहोत."

"आश्रमात? एक एक मिनट.. आश्रम म्हणजे...."

"जुन मुख्यालय.. बराच अभ्यास केलेला आहेस तु." ती कौतुकाने बोलते.

"याला माझ्यातलं कुतूहल कारणीभूत आहे, पण तु खरंच बोलत आहेस? माझा नाही विश्वास बसत. अगं काही क्षणांपुर्वी तर आपण वादीत होतो. काही सेंकंदात शेकडो किलोमीटरचा प्रवास कसा शक्य आहे?" तो अविश्वासाने बोलु लागतो.

"तुमच्या भाषेत याला चमत्कार म्हणतात, आमच्यात हा आमचा दिनक्रम आहे." ती मिश्किलपणे हसली आणि पुढे चालु लागली.

इतक्यात समोर त्याना आर्य दिसले.

"आर्य." त्याना नमस्कार करुन देवांशी त्यांचे चरणस्पर्ष करते. तिच्या पाठोपाठ तो ही त्यांचे चरणस्पर्ष करतो.

"महान तपस्वी आर्य मलाय?" चरणस्पर्ष करत असतानाच तो हळुहळु पुटपुटतो, "मी स्वप्नात तर नाही ना?"

"श्शु..शांत बस." देवांशी त्याला रोखते.

"देवांशी तुला पाहुन आनंद झाला." आर्य तिच स्वागत करतात.

"मलाही आर्य, पण अस अचानक बोलाविण्याचं कारण?"

"ते तुला मुख्यालयात गेल्यावरच समजेल.. जा तात्काळ त्याना तुझी गरज आहे; आपण पुन्हा भेटु."

त्यांचा निरोप घेऊन देवांशी जाऊ लागते, इतक्यात आर्य तिला मागुन हाक मारतात. ते तिच्या जवळ येऊन डोक्यावरुन हात फिरवतात.

"मानवी जीवनाला लाभलेल दैवी वरदान आहेस तु देवांशी... ज्या ज्या वेळी तुला पाहतो, तुझ्याशी बोलतो स्वतःला धन्य मानतो." त्याचे डोळे भरुन येतात. स्वतःला सावरत मागे वळुन ते चालु लागतात. देवांशी देखील क्षणभर स्तब्ध होते.

✳ ✳ ✳

देवांशी आणि तो युवक मुख्यालयात पोहचतात.

समर, राघव, सत्त्या, बेला, वेद सभागृहात चर्चा करत बसलेले असतात.

देवांशी आत येताच बेला तिच्या जवळ जाऊन तिला मिठी मारते.

समर आणि राघव येऊन तिची विचारणा करतात. त्यांच्या मागोमाग सत्त्या येतो.

"सोबत हा युवक कोण आहे? शक्तीतील सदस्यांव्यतिरिक्त इतर कोणालाही आत परवानगी नाहीये." सत्त्या विचारतो.

"मित्र आहे माझा." त्याची संशयी नजर पाहुन ती पुन्हा उद्गारते, "फक्त मित्रच आहे."

सत्त्या त्याच्याशी हात मिळवतो, "नाव काय तुझ?"

"भास्कर.." त्याचे हात थरथरु लागतात.

"मला इथे इतक्या तात्काळ का बोलावल कळेल का?" देवांशी विचारते.

"विधी संकटात आहे देवांशी." बेला उद्गारते.

"आणि आम्हाला तुझ्या मदतीची गरज आहे." सत्त्या बोलतो.

"मदत..." सत्त्याकडे पाहुन देवांशी बोलते, "हक्काने माझे प्राण मागितले असते तर आनंदाने दिले असते. मदत मागुन परक केलत तुम्ही. पुन्हा एकदा."

दिर्घ श्वास घेऊन चेहऱ्यावर हलकस पण बळजबरीच स्मित आणुन देवांशी बेलाकडे पाहते आणि उद्गारते,

"काही हरकत नाही. बेला सांग काय झालय."

"देवांशी काही महिन्यांपुर्वी बातमी आली की क्षेत्र १८ मधील मुख्यालयातील एका अधिकाऱ्याने एक विषाणु कयासमध्ये सोडला, ज्यामुळे काही कंपने बाधित झाली. ज्यामुळे त्या कांपानांवर असलेल्या मानवी घटकांचा समुह देखील बाधित झाला, परिणामी ते स्वतःला संपवु लागले आणि आत्महत्येची एक श्रृंखला सुरु झाली. "

"हे भयंकर आहे." तिला धक्का बसला.

"अर्थात. क्षेत्र १८ च्या प्रशासनाकडुन इतर क्षेत्राना सुचित करण्यात आल, पण तो पर्यंत वेळ निघुन गेली. एक एक करत तो विषाणु आजुबाजुच्या कंपनांना ही प्रभावित करु लागला आहे. त्या अधिकाऱ्याला शोधण्यात आपल्याला यश आल पण त्याच्या कडुन या विषाणुचा उपाय मिळवता आलेला नाहिये. सर्व तांत्रिक विभाग यावर उपाय शोधण्याच्या प्रयत्नात होते की त्यापेक्षा भयंकर सत्य समोर आलय."

"कसल सत्य."

"हा विषाणु केवळ दिशाभुल करण्यासाठी होता. सत्य हे आहे की त्या कंपानांना एका परकीय यंत्रणेने हॅक केलं आहे."

"परकीय यंत्रणा? हे अशक्य आहे."

“हेच सत्य आहे. आपल्याला समांतर आणखी एक यंत्रणा अस्तित्वात आहे देवांशी. जी आपल्याही दृष्टी पड्याल आहे.”

“परमेश्वरा, जर हे सत्य आहे तर मग यावर काही मार्ग शोधला का तुम्ही? असं हातावर हात ठेऊन तर आपण बसु शकत नाही.”

“यावर एकच मार्ग आहे देवांशी.”

“कोणता मार्ग?”

“तो मार्ग तु आहेस.”

“मी?”

“होय तु. हायजॅक झालेल्या कंपानांना मुक्त करून पुन्हा यंत्रणेत आणण्यासाठी आणि यंत्रणेचं सुरक्षा कवच आणखी मजबुत करण्यासाठी जेणेकरुन कोणतीही बाह्य यंत्रणा यापुढे सृष्टीच्या संतुलनामध्ये बाधा आणु शकणार नाही यासाठी एक प्राचिन तंत्र वापरावं लागणार आहे, जे केवळ तुलाच अवगत आहे,

तिच्या लक्षात येत तिला का बोलाविण्यात आलय ते.

“वैश्विक परिवर्तन तंत्र, बरोबर ना?” ती विचारते

“हो. आपला शेवटचा मार्ग, शेवटची आशा आता केवळ त्यावरच अवलंबुन आहे.”

“तसं असेल तर आपण वेळ घालवायला नको. मी तयार आहे. बोला केव्हा जायचय मी?”

“जितक्या लवकर शक्य होईल, तितक्या लवकर.” सत्या उद्गारतो.

* * *

“देवांशीसोबत जाणार कोण?” राघवने विचारलं. बैठकीच्या खोलीत बसुन राघव, बेला आणि समर देवांशीच्या प्रवासाची रणनीती आखत होते.

“सत्त्या जाणार नाही, त्याचं प्राधान्य त्याचं काम आहे, विधी आहे. आणि आपल्यापैकी कोणाला जाता येणार नाही कारण आपली इथे गरज भासु शकते.” बेला उद्गारते.

"आर्यना सांगुया का तिच्या सोबत जायला?" समर बोलतो.

"हा पर्याय योग्य वाटतोय. त्यांना प्राचिन तंत्र अवगत ही आहेत आणि देवांशीला त्यांची मदतच होईल."

"देवांशीला कोणाच्याही मदतीची आवश्यकता नाही." आर्य आत येता येता उद्गारतात, त्यांच्यासोबत वेदही होता, "तिच्यात तेवढं सामर्थ्य आहे की ती कोणत्याही संकटाला सामोर जाऊ शकते आणि त्यावर मात करु शकते."

"यात काही शंकाच नाही आर्य पण आपण तिला एकटीला पाठवणं उचित वाटत नाही आणि तुमच्याशिवाय इतर कोणी योग्य असेल असं आम्हाला वाटत नाही." राघव उद्गारतो.

"का? संस्थेत असं कोणीच नाही की ते देवांशीला हे अग्निदिव्य पार करायला सोबत करेल." आजुबाजुला नजर फिरवता फिरवता आर्यांची नजर शेजारी उभ्या असलेल्या वेदवर स्थिरावते. ते त्याला खुणावतात. वेदला त्यांचा इशारा समजतो.

"मी जातो देवांशीसोबत." खोलीत अचानक शांतता पसरते. सगळे जण त्याच्याकडे कोड्यात पाहु लागतात.

"तुमची कोणाची हरकत नसेल तर." जितक्या उत्साहाने त्याने हात वर केला होता तितक्याच निराशेने त्याने आपला हात खाली घेतला आणि खाली मान घालुन तो तसाच उभा राहिला.

"माझी काही हरकत नाही वेद तिच्या सोबत गेला तर.." बेला उद्गारते.

"पण तो नविन आहे इथे बेला." समर उद्गारतो, "देवांशी ब्रम्हांडाला वाचवायला जात आहे, तिच्या सोबत अनुभवी आणि प्रतिभावान व्यक्ती जायला हवी. जी वेळेला तिच्या मदतीला धावुन जाईल ना की तिच्या समस्या आणखी वाढुन ठेवेल.." समर बोलतो.

"बिना संधीच तो स्वतःला कसा सिद्ध करणार समर?" आर्य उद्गारतात, "माझा विश्वास आहे त्याच्यावर, जाऊद्या त्याला."

आर्य व्यक्ती ओळखायला कधी चुकत नाही हे सर्वांना माहित होतं. जर आर्यनी स्वत: वेदला देवांशी सोबत पाठविण्यासाठी निवडल असेल तर निश्चितंच त्याच्यात तेवढी योग्यता असेल असं सर्वांनी समजुन घेतलं, त्यामुळे कोणी आर्यंच्या निवडीला अधिक विरोध केला नाही.

"ठिक आहे आर्य, जर तुम्ही म्हणत असाल तर जाऊदे याला तिच्यासोबत." मागे वळुन वेदकडे पाहत राघव उद्‌गारतो, "शुभेच्छा तुला."

"धन्यवाद.." वेद नम्रपणे उद्‌गारतो पण नक्की जायच कुठे आहे याचा त्याला प्रश्न पडतो.

* * *

राघव, समर, बेला, भास्कर आणि आर्य आश्रमाच्या विस्तृत कल्पतरु वृक्षाजवळ देवांशी आणि वेदला निरोप द्यायला पोहचतात. सत्त्या मात्र आलेला नसतो. देवांशी आजूबाजूला त्याला शोधू लागते.

"तो नाही आला." बेलाला तिची मनस्थिती लक्षात येते, "जोपर्यंत हे संकट टळत नाही तो मुख्यालय सोडणार नाही. हा पण त्याने त्याचे आशिर्वाद आणि शुभेच्छा पाठविल्या आहेत"

"बेला, माझ्यासाठी हे नविन नाहीये. तुला स्पष्टीकरण द्यायची काही गरज नाहीये." देवांशी तिला समजावते.

"देवांशी तो दाखवत नसेल पण त्याला काळजी आहे तुझी." समर बोलतो.

यावर देवांशी स्मित करते आणि उद्‌गारते, "माझ्या मित्राची काळजी घ्या. नविन आहे तो या सगळ्याला."

समर वेदला विधीच मनगटी घडयाळ देतो, "रक्षकांच्या दुनियेत आजपासून तुझं स्वागत आहे वेद." तो बोलतो.

"हे माझ्यासाठी आहे?" वेद उत्साहासह अविश्वासाने विचारतो

"हो तुझ्याचसाठी आहे." समर सांगतो.

"पण हे केवळ ब्रम्हरक्षकांसाठी असतं असं ऐकलयं मी?"

“आज पासून तूदेखील ब्रम्हरक्षक आहेस वेद.” आर्य कौतुकाने त्याच्या खांद्यावर हात ठेवतात आणि घडयाळ घालण्याचा इशारा करतात.

वेद घडयाळ मनगटावर चढवतो. क्षणभरात ते घडयाळ वेदच्या त्वचेत सामावून जातं आणि त्याच्या मनगटाचाच एक भाग बनतं. मनगटाच्या अदृष्य पटलावर विविध प्रोग्राम्सच्या हालचाली होऊ लागतात. वेद कुतुहलाने त्याच्याकडे पाहतच राहतो.

“निघूया?” देवांशी विचारते तसा तो भानावर येतो आणि फक्त होकारार्थी मान हालवतो. घडयाळ मिळाल्यामुळे त्याच्या आनंदाला पारावार राहिलेला तर नव्हताच, पण बोलण्यासाठी शब्द ही राहिले नव्हते.

दोघेही सर्वांचा निरोप घेतात.

वेदचा हात हातात घेऊन ती त्याला डोळे बंद करण्यास सांगते. दोघानीही डोळे बंद केल्यावर देवांशी दिर्घ श्वास घेते.

“देवगिरी” ती पुटपुटते. वाऱ्याची एक झुळुक त्यांच्या भोवती फिरते आणि क्षणात ते तेथुन अदृश्य होतात.

१०

अखेरचा प्रयत्न

संस्थेत एकच लगबग सुरु झाली. सर्वजण आपआपल्या परिने कामे चोखपणे बजावत होते. संपुर्ण क्षेत्राच रुपांतर छोट्या छोट्या ग्रिड्स मध्ये करण्यात आलं. कयासशी संपर्क तुटलेल्या मानवी घटकांची यादी तयार करून ती क्षेत्रदुताना तात्काळ पाठविण्यात येत होती. दिलेल्या यादीवरुन क्षेत्रदुत आपापल्या मानवी घटकांच्या पाळतीवर होते, त्यांच्या हालचालींवर बारिक लक्ष ठेऊन होते.

“सत्त्या. एवढ्या तातडीने बोलावलस?” सत्त्याच्या कक्षात प्रवेश करत राघव विचारतो.

“हो. कारणही तसच आहे.” राघवला बसण्याचा इशारा करत सत्त्या उद्गारतो.

“राघव केवळ तुझ्या आग्रहामुळे मी तुला एक सुट दिली होती. लक्षात आहे ना तुझ्या?”

“अर्थातच सत्त्या. तु मला माझ्या मागच्या जन्माच्या स्मृतीना नाहिस न करण्यासाठी खास वरिष्ठ समितीकडुन परवानगी मिळवुन दिली होतीस. मी ते कसं विसरेल. त्याकरिता कायम ऋणी राहिल मी तुझा.”

“दुर्दैवाने मला आता माझा निर्णय बदलावा लागत आहे राघव.”

“म्हणजे?”

“राघव तुझ्या मागच्या जन्माशी निगडित स्मृती आता तुला नष्ट कराव्या लागतील.”

“पण का?” राघव आश्चर्याने विचारतो.

"राधिकासाठी.."

"मला समजलं नाही." राघव गोंधळतो.

"आपण तिला गमवलं आहे राघव, आपला तिच्याशी संपर्क तुटला आहे." तो पुढे बोलु लागतो, "काल रात्री तिने स्वत:ला संपविण्याचा प्रयत्न केला होता."

सत्त्याने दिलेल्या बातमीमुळे राघवच्या पायाखालची जमिन सरकते.

"हे कसं शक्य आहे? राधिका... नाही; ती नाही असं करणार... शक्यच नाही... जी दुसऱ्यांना आयुष्य कसं जगायचं हे शिकवते ती स्वत:च्या आयुष्याला कसं संपवु शकेल? नाही नाही, काही तरी चुकतयं... मी जातो आणि पाहतो, काही तरी नक्की चुकतयं.." शांत संयमी राघवचा स्वत:वरचा ताबा सुटतो, अस्वस्थ होऊन तो खोलीबाहेर जाऊ लागतो, तोच सत्त्या त्याला आडवतो.

"राघव थांब... भावनेच्या भरात आपण आपली कर्तव्य विसरता कामा नये. तुला मी इथे बोलावलं आहे आणि मी तुला अझुन जायला सांगितल नाहिये."

"माफ कर सत्त्या.. चुकलं माझं..." दरवाजाकडे वळालेली आपली पावले राघव मागे घेतो.

"मी समजु शकतो." सत्त्या त्याच्याशी शांतपणे संवाद साधण्याचा प्रयत्न करतो.

"कशी आहे ती?" स्वत:ला सावरत तो उद्‌गारतो.

"ती कोमामध्ये आहे आणि तिची प्रकृती गंभीर आहे. आत्ताच मी तिथल्या क्षेत्र दुतासोबत बोललो आहे."

"सत्त्या, ती बरी होईल ना?" तो काळजीने विचारतो.

"ते तुझ्या हातात आहे राघव."

"ती आत्ता ज्या अवस्थेत आहे त्याला मी जबाबदार आहे सत्त्या आणि हे तुलाही ठाऊक आहे. मी कसा तिला बरं करणार?"

“हे बघ राघव. राधिका आज ज्या अवस्थेत आहे, त्याला कारण आहे तुमचा विरह जो तिने अझुनपर्यंत स्विकारला नाही, आणि तु ही. तुमच्या एकमेकांवरच्या प्रेमाने तुम्हाला एकमेकांसोबत घट्ट बांधुन ठेवलं आहे हे जसं सत्य आहे तसंच तुम्ही दोघेही वेगवेगळ्या विश्वात आणि वेगवेगळ्या वास्तवात वावरत आहात हे ही एक सत्य आहे. जो पर्यंत तुम्ही दोघेही या बंधनातुन एकमेकाना मुक्त करणार नाही. तुमच्या आयुष्याची नविन सुरुवात होणार नाही.”

“तु म्हणतोय ते पटतय मला सत्त्या पण ते स्विकारायच धाडस माझ्यात नाहियेे.” हताशपणे राघव बोलतो.

“धाडस करावं लागेल राघव तुला, स्वत:साठी नाही, राधिकासाठी नाही, विधीसाठी... एक ब्रम्हरक्षक आहेस तु; तुझ्या भावना तुझ्या कर्तव्याच्या आड यायला नकोत.”

“माफ कर सत्त्या भावनेच्या भरात जर माझ्याकडुन माझ्या कर्तव्याकडे दुर्लक्ष झाल असेल, इथुन पुढे नाही होणार. सांग माझ्यासाठी काय आदेश आहेत.” मनावर ताबा ठेऊन राघव उद्गारतो.

“तुला तिला विसरावं लागेल. मागच्या जन्माच्या आठवणीना विस्मृतीमध्ये टाकावं लागेल.”

“माझ्या स्मृतीना विस्मृतींत टाकण्यासाठी माझी काही हरकत नाही सत्या. पण गैरसमज करुन घेणार नसशील तर एक विचारु?

“निसंकोच होऊन विचार राघव.”

“माझ्या स्मृतींऐवजी आपण तिच्या स्मृतीना उदासीन केलं तर?”

“गाठ जर सोडायची असेल राघव तर तिला दोन्ही बाजुनी सैल करावं लागतं. एकाच बाजुने ओढली तर गाठ एक तर आणखी घट्ट बसते नाहीतर धागा तुटतो.. तुला वाटतय केवळ तिच्याच आठवणी उदासीन केल्या तर ती तिचं आयुष्य सुखाने जगु शकेल; पण तसं नाहीये. तुझ्या मनातील तिच्याबद्दलची ओढ तिला सतत अस्वस्थ करत राहील. आणि ती अस्वस्थता मरणयातनेपेक्षा अधिक भयंकर आहे.”

राघवला सत्त्याला काय म्हणायचं आहे ते समजलं. त्याला त्याच्या प्रेमापेक्षा, त्या दोघांच्या सुखद आठवणींपेक्षा राधिकाचं आयुष्य जास्त महत्वाच होतं. अखेर त्याने मनाची तयारी केली.

“ठिक आहे सत्त्या. मी तयार आहे, पण फक्त एकदाच मला राधिकाला भेटायची परवानगी दे. शेवटची... त्यावेळी तु मला अट घातलीस होती की मी माझ्या स्मृती जागृत ठेऊ शकतो पण मला तिला भेटता येणार नाही. गेल्या तीन वर्षात मी ना तिला कधी पाहिलं, ना तिला भेटलो. तिच्या केवळ आठवणीच होत्या माझ्याकडे; इथुनपुढे त्याही असणार नाहित. म्हणुन केवळ एकदा मला तिला भेटु दे.” राघव सत्याला विनवणी करतो.

“ठिक आहे.” सत्या त्या दोघांच्या भेटीसाठी तयार होतो, “त्या भागातील दुत तारा तुला बाहेर भेटेल. ती घेऊन जाईल तुला राधिकाकडे.”

* * *

*[“**क्षेत्र दुत.** विश्वसंतुलनासाठी केवळ आर्वीमध्येच नाही तर पृथ्वीवर देखील काही अधिकारी कयासच काम पाहतात. ज्यांना क्षेत्रदुत म्हटलं जातं. अनैसर्गिक कारणामुळे ज्या जीवांचा पृथ्वीवरील प्रवास वेळेच्या आधीच खंडित होतो त्यांना पृथ्वीवरून रजा घेता येत नाही जोपर्यंत त्यांचा ठरलेला कालावधी पुर्ण होत नाही. अशा मध्यांतरात अडकलेल्या जीवांना विधी दुत म्हणुन त्यांच्यात सामिल करून घेते. त्यांचा उरलेला कालावधी संपला की त्यांना पुढच्या प्रवासासाठी मुक्त केलं जातं.*

हे दुत चार प्रकारांत विभागले आहेत. सर्वेक्षक दुत, मार्गदर्शक दुत, रक्षक दुत, सीमा दुत.

सर्वेक्षक दुत संपुर्ण घटनाचक्राचा दैनंदिन आढावा घेतो, घटनाचक्र बिघडणार नाही याची दखल घेतो. रक्षकदुत त्यांना नेमुन दिलेल्या मानवी घटकांच्या सुरक्षेची जबाबदारी घेतो, मार्गदर्शक दुत त्याला नेमुन दिलेला घटक त्याचा मार्ग भटकणार नाही याची दक्षता घेतो ही तीन ही कामे एक दुत ही करु शकतो, त्याच्या प्रतिभेवरून त्याला काम सोपविल जातं.

चौथा दुत सीमा दुत; ज्याला द्वारपालही म्हटल जातं. तो पृथ्वीवरुन आर्वीवर व आर्वी मधुन पृथ्वीवर स्थलांतरित होणार्या आत्म्याना मागदर्शन करतो व या दोन्ही विश्वामधील सिमा रेषेच रक्षण करतो.]

✼ ✼ ✼

पृथ्वीवर क्षेत्रदुतांना दिलेल्या यादी प्रमाणे ते ज्या मनुष्य घटकांचा कयासशी संबंध तुटला आहे अशा मनुष्यघटकावर लक्ष ठेऊन होते. त्यांच्या कामावर स्वर्णच्या मुख्यालयातुन लक्ष ठेवण्यात येत होत आणि वेळ प्रसंगी योग्य त्या सुचनाही दिल्या जात होत्या.

केस १: क्षेत्रदुत - रक्षित, घटक - नैना

रात्रीची वेळ होती. आकाशात वीजा कडाडत होत्या. नैना रेल्वे स्टेशनवरुन रेल्वे रुळाच्या दिशेने चालत होती. तिला शोधत रक्षितही स्टेशनवर पोहचला. गर्दीत तिला शोधणं त्याला अवघड जात होतं, पण तरी ती कुठेतरी दिसेल या आशेने तो सैरावैरा इकडुन तिकडे धावत तिला शोधत होता.. रेल्वेच्या इंजिनांचा, प्लॅटफोर्मवरच्या भोंग्यांचा आवाज त्याला अस्वस्थ करत होता. स्टेशनवरच्या भव्य घड्याळाच्या समोर येऊन तो उभा राहिला; तेव्हा घड्याळातल्या काट्यांकडे त्याच लक्ष गेल; त्याच्या हातातुन वेळ निघुन चाललाय हे त्याच्या लक्षात आलं.

"नैना कुठे आहेस तु?" निराश स्वराने तो उद्गारला.

इतक्यात दुरुन येणार्या ट्रेनच्या आवाजाने त्याच लक्ष वेधुन घेतलं. त्याने त्या दिशेने पाहिलं. दुरवर रुळावर अंधारात त्याला कोणीतरी चालत असलेल दिसलं. त्याने सुक्ष्म निरिक्षण करुन पाहिल.

"नैना..." तो मोठ्याने ओरडला. आपल्या हातातल्या घड्याळाचं डायल फिरवून त्याने त्यांच्या भौतिक शक्ती जागृत केल्या. एका बाजुने ट्रेन वेगात येत होती तर दुसर्या बाजुने रक्षित जिवाच्या आकांताने धावत होता. दोघांच्या मध्ये नैना धावत्या रेल्वेच्या दिशेने चालत होती.

तिच्या डोक्यात एकच वाक्य भिरभिरत होतं, "माझं तुझ्यावर प्रेम नाहिये नैना, कधीच नव्हतं."

त्या वाक्याने तिला इतकं पछाडलं होतं की तिला आजुबाजुचं कसलच भान नव्हतं.

ट्रेन तिच्या जवळ आली, त्याचा लख्ख प्रकाश तिच्या डोळ्यांवर पडला. दिर्घ श्वास घेऊन तिने डोळे मिटले. इतक्यात जोराची वीज कडाडली आणि ती जोराने किंचाळली.

त्याने नैनाला रुळावरुन बाजुला केलं आणि दोघेही जमिनीवर कोसळले. त्याने तिला स्वत:जवळ घट्ट धरुन ठेवलं. ट्रेन निघुन गेली.

नैना आणि त्याची नजर भिडली, भेदरलेल्या नजरेने ती त्याच्याकडे पाहत होती. ती आपल्याला पाहत आहे हे त्याच्या लक्षात आलं तसा तो तिच्यापासुन बाजुला झाला.

नैनाला वाचवायला त्याने त्याची भौतिक शक्ती जागृत केली होती ज्यामुळे तो भौतिक जगातील वस्तूंना, व्यक्तीना स्पर्श करु शकत होता, परंतु भौतिक जगात तो दिसु शकत नव्हता. नैनाला तो कसा दिसत आहे हे त्याला समजत नव्हत.

“परमेश्वरा, हे काय आणि का घडतय माझ्यासोबत? आता मी काय करु?” असा विचार त्याच्या मनात आला.

गेल्या ३ वर्षांपासुन रक्षित नैनाचा रक्षकदुत म्हणुन काम पाहत होता. त्या ३ वर्षात त्याला तिच्याबद्दल एक ओढ निर्माण झाली होती. निखळ निरागस साधी भोळी नैना त्याला आपलीशी वाटु लागली होती. एकदा तरी संधी मिळावी काहीतरी चमत्कार व्हावा आणि नैना आणि त्याच्या मधलं हे दोन विश्वांच अंतर दुर होऊन त्याला नैनाला भेटता यावं, तिच्याशी बोलता यावं असं त्याला वाटायचं आणि अखेर तो चमत्कार झाला. नैना त्याच्या समोर होती, ती त्याला पाहु शकत होती.

तो दबक्या पाऊलानी नैनाजवळ गेला. चेहऱ्यावर तळहात ठेऊन नैना ओक्साबोक्षी रडत होती, त्याने तिच्या हाताना स्पर्श केला, विजेचा झटका बसावा तसा झटका दोघांनाही बसला.

नैना आश्चर्याने त्याच्याकडे पाहु लागली. तिचे डोळे अश्रुनी डबडबले होते.

"मी रक्षित." त्याने नैनाला आपली ओळख सांगितली आणि आपला हात पुन्हा पुढे केला. तिने काहीच प्रतीक्रिया दिली नाही. हाताला झटका बसल्याने ती दोन्ही हात चोळु लागली.

"घाबरु नकोस. मी काही करणार नाही तुला."

तिने त्याला निरखुन पाहिलं, त्याने आधारासाठी पुढे केलेल्या हाताकडे दुर्लक्ष करुन ती स्वतःची स्वतः उभी राहिली.

"लागलं तर नाही ना कुठे?" तो तिचा हात पाय चेहरा तपासु लागला.

त्याचं वागणं तिला जरा विचित्र वाटलं. ती अस्वस्थ झाल्याच त्याच्या लक्षात आल्यामुळे तो तिच्यापासुन थोडा दुर उभा राहिला.

"इतक सोपं आहे का स्वतःला संपवणं?"

"जगण अवघड झाल की बाकी सगळ सोपं वाटु लागतं." त्याच्या नजरेशी नजर मिळवुन ती उद्गारते.

"अस तुला वाटतं..."

"कारण मी ते अनुभवलय. नशिबाला पाठ फिरवताना, लोकाना बदलताना मी अनुभवलय आणि तो अनुभव भयानक होता."

"तो आयुष्याचा केवळ एक भाग आहे, पुर्ण आयुष्य नाही."

"बोलायला सगळ सोप्प आहे..."

"आणि जगायलाही. आयुष्य तर आपण अवघड करुन ठेवतो. आपल्या काही पुर्वग्रहामुळे."

"कोण आहेस तु? लोकाना आजकाल जगण्याची कला शिकविण्याऱ्या, प्रोत्साहन देणाऱ्या त्या गुरुंपैकी तर नाहिस ना?" नैना उपहासाने विचारते.

"तुला जे समजायच आहे ते समज. पण एकदा माझं ऐक. आपण आपल्या सगळ्यात मौल्यवान गोष्टीला सगळ्यात जास्त गृहित धरतो आणि ती गोष्ट म्हणजे आपल स्वतःच आयुष्य. दुसऱ्या कोणीतरी आपल्याला वेदना दिल्या, आपल्या प्रेमाचा स्विकार केला नाही म्हणुन आपण आपल्या आयुष्याचा बळी द्यायचा हे कुठलं शहाणपण."

"एक एक मिनिट तुला कसं कळलं?" तिच्या मनात शंकेची पाल चुकचुकली.

"काय?"

"हेच की माझा प्रेमभंग झालाय ते? एक एक मिनिट तू मांत्रिक तांत्रिक तर नाहीस ना? लोकांना संमोहित करून त्यांची माहिती काढून त्यांना लुबाडणारा." ती अस्वस्थ होते, "दुर थांब माझ्यापासुन नाहीतर मी ओरडेल."

"नाही नाही मी कोणता तांत्रिक मांत्रिक नाही, ना मी इथे तुला लुटायला आलोय." तो तिला विश्वासात घेण्याचा प्रयत्न करतो, "मी इथे तुला वाचवायला आलोय."

"मग माझ्या प्रेमप्रकरणाबद्दल तुला कसं कळलं?"

"फक्त अंदाज लावला मी; आजकलची तुमची पिढी देशप्रेमापोटी, मातृ - पितृ प्रेमापोटी तर नक्कीच जीव देणार नाही." त्याने कशीबशी परिस्थिती सावरण्याचा प्रयत्न केला. त्याला तिच्याबद्दल सगळ माहित होत. ती काय करते, कुठे जाते, कोणासोबत जाते, ती कोणत्या संकटात तर नाही ना या सगळ्यावर लक्ष ठेवण हेच तर त्याच्या कामाच स्वरुप होतं.

"हम्म ते पण खरं आहे म्हणा." ती विचारात पडते. अश्रुने भिजलेले डोळे पुसता पुसता हातांवरची, कपड्यावरची धूळ झटकत निरागसपणे ती बोलते, "पण प्रेमभंगामुळे जीव देण्यापेक्षा देशासाठी जीव दिलेला बरा. कमीत कमी पदरात पुण्य तरी पडेल."

"लवकर साक्षात्कार झाला तुला." तो मनातल्या मनात पुटपुटला, त्याला माहित असलेली वेडी नैना परत आल्यामुळे त्याने सुटकेचा निश्वास सोडला.

अशीच होती नैना. वेडी, चंचल, एकदम अतरंगी. कधी काय करुन बसेल कशाचा नेम नाही. कोणत्या गोष्टींचे काय परिणाम होऊ शकतात याची तिला समज नव्हती, त्यामुळे तिच्या बालिशपणाचा, निरागसतेचा लोक बर्‍याचदा गैरफायदा घेत असत आणि त्या वेडीला ते समजण्याइतकी ही अक्कल नव्हती. तिच्यासारखे निर्मळ मनाचे लोक फार कमी राहिलेत

आत्ताच्या जगात आणि अशा निर्मळ मनाच्या खऱ्या लोकांचीच जास्त गरज आहे सध्याच्या स्वार्थी आणि मतलबी दुनियेत. जे त्यांची सकारात्मक आणि स्वच्छ उर्जा सभोवती पसरवुन वातावर त्यांच्याप्रमाणेच निर्मळ बनवतील. म्हणुनच तिच्यावर पहारा ठेवण्यासाठी रक्षितला निवडल होतं.

"मी नैना..." यावेळी तिने हात पुढे केला, काही वेळापुर्वी पाण्याने डबडबलेल्या डोळ्यात चैतन्य होतं आणि गालांवर खळी होती. तिच्या त्या निरागस, बोलक्या डोळ्यानी आणि गालांवरच्या खळीने तर त्याला तिच्याकडे खेचल होतं.

रक्षित तिच्याशी हात मिळवला पण पुन्हा एकदा दोघाना जोराचा झटका बसला आणि दोघेही हात चोळु लागले.

"हा काय प्रकार आहे?" नैनाला प्रश्न पडतो.

"कदाचित रेल्वे लाईनच्या जवळ असल्याने अस होत असेल." तो सारवा सारव करण्याचा प्रयत्न करतो. तिच लक्ष वळविण्यासाठी तो पुढे बोलतो, "नैना... तुला भेटुन आनंद झाला पण ठिकाण आणि परिस्थिती जरा वेगळी असती तर आणखी आनंद झाला असता.."

"परिस्थिती... माणसाला हतबल करते आणि माणुस वाहवत जातो, ना त्याला कशाची भ्रांत राहते, ना त्याला मनाची शांतता लाभते.

"परिस्थिती कोणाच्याही हातात नसते. पण आयुष्य असतं. आणि गंमत ही आहे की आपण जे आपल्या हातात नाही त्याच्यासाठी जे आपल्या हातात आहे त्याला गमवायला तयार असतो."

इतक्यात ट्रेनचा जोरात आवाज येतो आणि नैना दचकते.

"ट्रेनच्या केवळ आवाजाने दचकलीस, काही वेळापुर्वी रुळावर उभी रहाताना कुठे गेली होती तुझी भिती?" तो विचारतो.

"माहित नाही. कदाचित त्यावेळी मनात राग इतका भरला होता, की भितीला जागाच राहिली नव्हती."

"आणि आता. आता कुठे गेला राग."

"माहित नाही."

"नैना.. तुला कळतय का तु काय बोलत आहेस, कशी वागत आहेस." तो चिडुन बोलतो,

"एक एक मिनिट. दहा मिनिटांपुर्वी भेटलोय आपण. नातेवाईक नाहिस माझा असा आवाज चढवुन बोलायला."

"माफ कर". चुकल माझ. शांततेत विचारतो. दहा मिनिटांपुर्वी जर मी आलो नसतो तर काय झाल असत कल्पना आहे का तुला?"

"काय झालं असतं? मी मेले असते."

"इतक सोप्प वाटत तुला मरण. मग जा रहा तिथे पुन्हा उभी. घे अनुभव मरणाचा. पण मेल्यानंतरच्या आयुष्याचा संघर्ष झेपेल का याचाही विचार कर. कारण जिवंतपणी यु टर्न चा पर्याय आहे. मेल्यानंतर नाही. एकाच वाटेने चालत रहावं लागतं आणि वाट ही अशी जिचा शेवट कधी येईल सांगता येत नाही." असं म्हणुन तो चिडुन तिथुन झप झप चालु लागतो. नैनाच्या डोक्यांत विचारांचं चक्र फिरू लागतं. रागाने चालत गेलेल्या रक्षितकडे ती पाहत राहते. कोणीतरी पहिल्यांदा इतक्या काळजीने आणि हक्काने तिला समजावलं असेल. ट्रेन तिच्या जवळ येते. रागाने चालत गेलेला रक्षित जागीच थांबतो. त्याला थांबलेलं पाहून नैना मोठ्याने ओरडते.

"जिवंत आहे अझुन."

तिच्या आवाजाने तो उसासा घेतो आणि तो पुन्हा चालू लागतो.

नैना त्याच्या मागे धावत धावत येते. आणि त्याच्या समोर उभी रहाते.

"कोण आहेस तु?" ती उद्गारते, "माझ्या जगण्या मरण्याची काळजी ज्याने करायला हवी तो तर करत नाहिये. तु का करतोय?"

"कारण मी वेडा आहे. लोक वेडेपणात जीव देण्याचा प्रयत्न करतात, मी वेडेपणात त्यांना वाचविण्याचा प्रयत्न करतो."

"शांत हो. शांत हो. पाणी हवय का तुला." ती त्याला शांत करण्याचा प्रयत्न करते.

"नकोय मला."

"पण मला हवय." ती बोलते आणि पुढे बोलतच राहते,दोघे स्टेशनच्या बाहेर पडतात.

एका दुकानातुन पाण्याची बाटली घेऊन ती घटाघटा पिते. रक्षित बाजुलाच उभा होता.

"तु जाऊ शकतो घरी. मी नाही जाणार रुळावर पुन्हा." ती उद्गारते.

"मी घरी सोडतो तुला." तो बोलतो.

"त्याची खरच गरज नाहिये. मी म्हटल ना मी नाही जीव देणार." त्याचा गंभिर चेहरा पाहुन ती पुन्हा उद्गारते, "कधीच नाही."

"तरी मी येतो तुझ्यासोबत." त्याला तिच्या सोबत आणखी काही वेळ घालवायचा होता. नियतीने काही काळ का असेना त्यांची भेट करून दिली होती. त्याला ती भेट इतक्यात संपवायची नव्हती म्हणुन त्याने तिला घरांपर्यंत सोबत करण्याचं ठरवलं.

"तुझी इच्छा. उशीर झाला तर मी जबाबदार नाही."

"त्याची काळजी तु करु नकोस."

"आपण या आधी भेटलोय का? म्हणजे मागच्या जन्मी वगैरे. कारण अर्धा तास नाही झाला आपल्याला भेटुन आणि आपण अस बोलतोय की वर्षानुवर्षांची ओळख आहे आपली." नैना कुतुहलाने विचारते.

"असेल ही. काय सांगावं."

"हम्म."

दोघेही शांतपणे रस्त्याने चालु लागतात. नैनाच घर येतं. नैना त्याच्याकडे पाहते आणि बोलु लागते,

"रक्षित, थॅन्क यु माझा जीव वाचविल्याबद्दल. मी ना जरा अतिच आहे, अति उत्साही, अति हट्टी, अति रागिट., नियंत्रण नावाच बटणच नाही माझ्या सिस्टिममध्ये. त्यामुळे कधी भावना अनावर झाल्या की काही तरी वेड्यासारख करुन बसते."

"भावनाना आवर घाल नैना. नाहितर आजच्या सारखं पुन्हा जीवावर बेतेल तुझ्या. आणि त्यावेळी मी नसलो तुला वाचवायला तर?" असं म्हणुन तो अचानक थांबतो आणी वाहवत चाललेल्या त्याच्या भावनाना आवर घालतो, "आणि तुला वाटतय तितकं मरण सोप नाही जगणं अवघडही नाही."

"नक्कीच आपल्यात काहीतरी नातं आहे." खोडकर हसत नैना उद्गारते, "उद्या भेटशील?"

नैनाच्या त्या वाक्याने तो गोंधळुन जातो. क्षणभर त्याला काहीच सुचत नाही.

"तु विसरली नाहीस तर नक्की भेटु आपण." तो उद्गारतो.

"चिंता नसावी. मला बुद्धी जरी कमी असली तरी माझी स्मृती जबरदस्त आहे. भेटु उद्या." असं म्हणुन ती तिच्या घराच्या दिशेने वळते. तो तिला तसच पाठमोर पाहत रहातो. त्याला माहित होत उद्या त्यांची भेट होणार नव्हती कारण रात्रीत तिच्या चेतासंस्थेवर प्रक्रिया होणार होती, आणि त्याच्याशी संबंधित स्मृती नष्ट होणार होत्या. त्याच्या फोनवर संदेश आला की त्याची टास्क यशस्वीरित्या पुर्ण झाली आहे.

रक्षितचा निरोप घेऊन जशी नैनाने पाठ फिरवली, इतकावेळ दाबुन ठेवलेल्या भावनांचा कल्लोळ तिच्या डोळ्यात दाटुन आला. तिला स्वत:चा राग आला होता कारण ती एक अनर्थ करायला निघाली होती, तिला भितीही वाटत होती कारण रक्षितने तिला वाचवल नसत तर तिचं काय झालं असतं, तिला स्वत:ची दया ही येत होती की ज्याच्यावर तिने सर्वात जास्त विश्वास ठेवला होता त्यानेच तिचा विश्वास घात केला होता.

घरात आल्यावर थोडावेळ घरच्यांशी बोलली आणि आत तिच्या खोलित निघुन गेली. खोलीचा दरवाजा लाऊन. ती जागीच कोसळली. बाहेर कोणाला आवाज जाऊ नये म्हणुन तोंडावर हात ठेऊन ती ढसाढसा रडु लागली. ही पहिली वेळ नव्हती की ती अशी तुटलेली होती. तिच्या त्या खोलीने तिची अशी अनेक रुप पाहिली होती, जी कोणीच कधी पाहिली नव्हती, ना तिच्या मित्र-मैत्रिणीनी, ना तिच्या घरच्यानी. जगाने पाहिली

होती ती खळखळुन हसणारी, खोडकर, निरागस नैना. तिला तुटताना, विखरताना, निराशेच्या गर्तेत फसताना आणि पुन्हा हिम्मत एकवटुन उभ राहताना, स्वत:ला सावरुन त्याच गर्तेतुन बाहेर पडताना पाहिलं होतं ते त्या चार भिंतीनी आणि तिच्या रक्षकदुताने, रक्षितने. रडता रडता ती तशीच जमिनीवर पडली आणि झोपी गेली.

कधी कधी मन भरकटतं, वाट चुकतं.

रडतं, अडखळतं, घाबरतं...

अशा वेळी सख्या देवराया मला सावरशील ना?

हात हातात घट्ट धरुन वाट मला दाखवशील ना?

ना समज मला या दुनियेची, ना इथल्या दुनियादारीची,

पाठीराखा बनून सोबत माझ्या चार पाऊलं चालशील ना?

हात हातात घट्ट धरुन वाट मला दाखवशील ना?

* * *

केस-२ राधिका, रक्षक दुत - तारा

राघव स्वर्णच्या अवारात ताराची वाट पाहत उभा होता. समोरुन घाई घाईत एक स्त्री त्याच्या दिशेने चालत येताना त्याला दिसली तिच तारा असावी याचा त्याने अंदाज लावला.

"माफ करा सर तुम्हाला वाट पहावी लागली. ते प्रशासकीय विभागात वेळ लागला. काही कागदपत्रांची पुर्तता करायची होती." उशीरा आल्याबद्दल ती दिलगीरी व्यक्त करते.

"ठिक आहे.. ठिक आहे निघुयात आधीच उशीर झालाय." दोघेही लिफ़्टमध्ये शिरतात.

"कोड काय आहे?" राघव ने विचारल.

"जी-७८४५"

राघवने पटलावर कोड टाकला.

क्षणात ते तेथुन अदृश्य झाले.

राघव आणि ताराने भौतिक विश्वात प्रवेश केला. रात्रीची वेळ होती आणि मुसळधार पाऊस पडत होता. ते आडोशाला जाऊन उभे राहिले. मृत्युनंतर राघव पहिल्यांदाच भौतिक विश्वात आला होता त्यामुळे त्याला अस्वस्थ वाटत होतं.

"मला श्वास घेता येत नाहीये." तो उद्गारला.

"तुमची पहिली वेळ आहे ना राघव म्हणुन तुम्हाला अस्वस्थ वाटतय. काही काळजी करु नका. थोड्या वेळाने बर वाटेल."

"तु केव्हा पासुन आहे ईथे?"

"२५ वर्षे झाली."

"२५ वर्षे म्हणजे खुप वेळ झाला, माझ्या माहितीप्रमाणे दुताना तर इतका कार्यकाळ नसतो."

"हो खरं आहे, पण त्याला कारणही तसंच आहे. माझी मुलगी वर्षाची होती जेव्हा माझा मृत्यु झाला. तिच्यावर लक्ष ठेवता यावं म्हणुन मी ही नोकरी स्विकारली." तारा आपली व्यथा सांगु लागते, "बऱ्याचदा नविन जन्मासाठी बोलावणं येत होतं. पण माझा जीव लेकीत अडकला होता. मग सत्त्या देवासारखे धाऊन आले. त्यांनी माझी मन:स्थिती समजुन घेतली, ती संतुलन समितीपुढे मांडली. त्यानीही मग मला माझी नोकरी चालुच ठेवण्याची परवानगी दिली; इतकच नाही तर त्याच भागात काम ही दिलं जिथे माझं कुटुंब आहे, जिथे माझी लेक आहे." तिच मन भरुन आल.

"सत्त्या खरंच महान आहे, सगळ्या नियमांना डावलुन कुठल्याही परिणामांची पर्वा न करता २५ वर्षांपुर्वी तुझ्यासाठी समितीपुढे भिडला आणि तीन वर्षापुर्वी माझ्यासाठी.. इतक सोप्प नाही हे करणं."

"हो. आणि म्हणुनच तर त्याला श्रेष्ठ रक्षक म्हणतात सगळे."

"हो. तो आहे एक श्रेष्ठ रक्षक."

"पाऊस कमी झालाय निघुयात आपण."

"हो."

मनगटावर असलेल्या घड्याळाच्या रिंग ला ते फिरवतात आणि पुन्हा तेथुन गायब होतात.

हॉस्पिटलच्या एका खोलीजवळ दोघे येऊन पोहचतात. राघव दार उघडुन आत प्रवेश करतो. तारा ही त्याच्या मागोमाग येते.

बेडवर राधिका निपचित पडलेली होती. राघव तिच्या जवळ गेला. तिला पाहताच त्याच्या आठवणी त्याच्या समोर अवतरल्या..

खळखळुन हसणारी, कचकचुन भांडणारी, खोडकर हसरी राधिका त्याला आठवली, हजारो लोकांच्या सभेत आत्मविश्वाने भाषण करणारी निर्भिड राधिका त्याला आठवली, त्यांच बालपण, त्यांच एकमेकावर असलेल जीवापाड प्रेम, त्यांच लग्न, लग्नानंतरचे सोनेरी दिवस सारं काही एक एक करत त्याच्या समोरुन जात होत.

“माफ कर राघव मी खुप प्रयत्न केला, पण नेमक त्यावेळी माझ्या यंत्राने दगा दिला आणि हा अनर्थ घडला. पण तु काळजी करु नकोस, सत्त्या स्वत: या केसवर लक्ष देत आहे. सगळ्या गोष्टींची काळजी घेत आहे. ती लवकरच शुद्धित येईल.” नारजीच्या स्वरात ती उद्गारते.

“आत्ता कुठे आहे ती?” राघव विचारतो.

“यंत्रणेच्या बिघाडामुळे तिचं ठिकाण ट्रॅक होत नाहीये, त्यामुळे मला आत्ता नाही सांगता येणार ती कोठे आहे ते.”

राघव थोडा विचार करतो. तिच्या डोक्यावरुन हात फिरवतो, “मला माहित आहे, ती कुठे असेल ते.”

* * *

इकडे देवांशी आणि वेद एका उंच शिखरावर पोहचतात.

“कोठे आलो आहोत आपण?” वेद विचारतो.

“देवगिरी” देवांशी उद्गारते.

वेद आजुबाजुला पाहतो, मावळतीचा सुर्य आणि त्याच्या प्रकाशात न्हात असलेली सृष्टी पाहुन त्याला आनंद झाला.

"अप्रतिम! सृष्टीच इतक देखण रुप मी आजवर कधीच पाहिलं नव्हतं."

"अझुन खरी सृष्टी पाहिलीये कुठे तु?"

"म्हणजे?"

"धीर धर. लवकरच कळेल तुला."

दोघेही चालु लागतात. जसजसे ते शिखर चढत होते, काळोख आणखी गर्द होत होता, त्यात वावटळीला सुरुवात झाली. वेदला चालण अवघड जात होत तर दुसरिकडे देवांशी मात्र झपझप चालत होती.

"तुला थंडी, वार काही जाणवत नाहीये का?" कसबस स्वतःला सावरत तो उद्गारतो.

"वातावरणातील बदल माझ्यावर परिणाम नाही करत."

"म्हणजे ऊन पाऊस थंडी कशाचाच नाही."

"ऊन्हू." देवांशीने नकारार्थी मान हलविली.

"हे भारी आहे आणखी कोणकोणत्या शक्ती आहेत तुझ्यात देवांशी."

"कळेल लवकरच." गालातल्या गालात हसत देवांशी उद्गारते.

"धीर धरायचाय... बरोबर ना?" तो गमतीने बोलतो. यावेळी देवांशी त्याच्याकडे दुर्लक्ष करते.

"देवांशी..." तो पुन्हा हाक मारतो आणि ती मागे वळुन पाहते, "भिती नाही वाटत?" तो उद्गारतो.

"कशाची?" ती विचारते.

"अंताची.."

"वाटते ना... पण त्यापेक्षा जास्त विश्वास वाटतो, त्या परमशक्तीबद्दल, त्या परमेश्वराबद्दल जो हिम्मत देतो त्या भितीला सामोर जाण्याची आणि त्यावर मात करण्याची."

"तु पाहिल आहेस त्या परमेश्वराला?"

"हो. तु ही पाहिलय, आपण सगळ्यानीच पाहिलय. पण कोणालाच ओळखता आलं नाही."

"जे तुला जमलं. आणि त्यानंतर तुला या असाधारण शक्ति प्राप्त झाल्या आहेत, बरोबर ना?"

"सगळे तर म्हणतात, पण मलाच आठवत नाही.." ती उद्गारते आणि पुन्हा चालु लागते.

"आठवत नाही म्हणजे?" त्याला प्रश्न पडतो. तिचा चालण्याचा वेग इतका जास्त होता की वेदला तिच्यामागे धावाव लागत होत.

"काही गोपनीय कारणांस्तव मला माझ्या मागच्या आयुष्याच्या स्मृती नष्ट कराव्या लागल्या आहेत. त्यामुळे दुर्भाग्यवष मला काही आठवत नाही."

"हे तर अजब आहे." तो आश्चर्याने उद्गारतो, "आम्हाला आमचा मागचा जन्म आठवत नाही हे मान्य, पण ज्यांना आठवतो त्यांच्या ही स्मृती इथे नष्ट केल्या जातात. हे काही योग्य नाही."

"विश्वहितासाठी काही निर्णय घावे लागतात. आपल्याला योग्य वाटत नसले तरी."

"हा हा माहित आहे, विश्वहित आपली पहिली जबाबदारी. विद्यापीठात पहिल्याच दिवशी यावर सत्याने आम्हाला चांगल तासभर भाषण दिलं होतं. त्या दिवशी आख्ख्या जगाचा भार आपल्याच डोक्यावर असल्यासारखं वाटत होतं. भीतीने रात्रभर झोप नाही लागली मला."

त्याच्या बोलण्याने देवांशीला हासु अनावर झालं.

"तू फार कमी हसतेस का?" न राहवून तो विचारतो.

"हो कदाचित. खळखळून हसावं, असे क्वचितच प्रसंग आलेत आजपर्यंत." हसता हसता मध्येच ती गंभीर झाली.

"पण इथून पुढे नेहमी येतील असे प्रसंग, कारण आता मी आलोय तुझ्या आयुष्यात." स्वतःच्या कौतुकाची संधी वेद कसा सोडेल?

"बरं बरं जितक पटापट बोलता येतं तितक्या पटापट चाललास तर बरं होईल. दिवस उजाडायच्या आत आपल्याला वैश्विक परिवर्तनाची प्रक्रिया पूर्ण करायची आहे."

दोघेही भरभर चालू लागतात. देवगिरीचं पठार आता काही अंतरावरच होतं. देवांशी मध्येच थांबते आणि वेदकडे पाहून उद्गारते,

"पुढचा प्रवास केवळ माझा आहे वेद. तु इथेच थांब.. आणि हो तुला माहित आहे तुला काय करायचय ते?"

"हो.. समर ने सांगितल आहे मला सगळं."

"ठिक आहे. येते मी. आणि हो काहीही झालं तरी तु आत प्रवेश करायचा नाही, काहीही झालं तरी. लक्षात असु दे."

असं म्हणुन ती पुढे जाऊ लागते.

"देवांशी... "तो हाक मारतो आणि ती मागे वळुन पाहते.

"आपला जास्त परीचय नाही, का कोणास ठाऊक माझ मन सांगतय या संकटातुन तु आपल्या सगळ्याना बाहेर काढशील."

वेदच्या बोलण्याला हसुन प्रतिक्रिया देऊन देवांशी पुढे चालु लागते. वेद तसाच तिथे उभा राहतो. वावटळीत चांदण्यांच्या अंधुकशा प्रकाशात देवांशीची केवळ सावली त्याला दिसत होती.

* * *

देवगिरीच्या शिखरावर एक लहानसं पठार होतं, ज्याला चहोबाजुनी उंच उंच दगडांनी वेढल होतं. पठाराच्या मध्यावर एक तळं होतं आणि तळ्याच्या अगदी मधोमध एक विस्तृत सपाट दगड होता. त्याच दगडावरच अविरत साधना करुन दिव्यदूतांनी परमशक्तीला आवाहन केलं होतं. अनेक तंत्र, अनेक विद्या प्राप्त केल्या होत्या. तपस्वींच्या वर्षानु वर्षाच्या तपश्चर्येने, साधनेने त्या ठिकाणाभोवती एक दैवी वलय निर्माण केलं होतं. आणि त्यामुळेच केवळ त्या स्थानालाच नाही तर तिथल्या दगडांना, मातीच्या कणाकणाला ही विशेष महत्व होत. देवांशी अलगद तळ्यात उतरली. गळ्यातील माळेला बांधलेली अंगठी सोडुन तिने आपल्या तर्जनीत घातली. हातांची ओंझळ करुन पाण्यात सोडली. हात वर काढले तर ओंझळीत एक पाण्याचा गोळा अवतरला. तोच होता पवित्र पाषाण. देवांशी त्या पाण्याच्या गोळ्याला निरखुन पाहते. निळसर रंगाच्या त्या गोळ्याच्या आत पाण्याचे

सुक्ष्म कण तरंगत होते. त्याला घेऊन देवांशी तळ्यातल्या दगडावर जाऊन उभी राहिली.

यावेळी आभाळातले ढग सरुन चांदण्यांचा प्रकाश आणखी प्रखर झाला होता.

ताठ उभी राहुन हातातील तो पाषाण तिने आपल्या पोटाशी घट्ट पकडला. एकाग्र चित्ताने ती दिर्घ श्वासोच्छ्वास करू लागली. जसजशी ती ध्यानात जात होती तसतशा काही घटना काही चित्रे तिच्या समोरुन एकामागुन एक जाऊ लागली.

युद्धभुमीत तलवारीने समोर येईल त्यावर वार करत सुटलेला एक योद्धा तिला दिसला, त्याचा चेहरा मुखवट्याने झाकला होता. त्यानंतर समुद्रात वादळामध्ये फसलेल एक बलाढ्य जहाज तिला दिसलं. पुढे स्वत:ला आगीच्या लाटांमध्ये अडकलेलं तिने पाहिलं, रक्ताने लालबुंद झालेला आणि शवांचे थरावर थर साचलेला समुद्र किनारा तिला दिसला. हळुहळु त्या सगळ्या घटना अंधुक अंधुक झाल्या. देवांशीच्या आत्मलहरी विश्व लहरींशी जुळु लागल्या. तिच्या हातातील पाषाणाचा रंग बदलु लागला, तो सक्रिय झाला. त्यावरचा अस्पष्ट अंधुक लेख ठळक झाला. पाषाणावरील तो लेख परिवर्तन सुत्रं होतं. त्यातून काही विशिष्ट किरणे उत्सर्जित होऊ लागली. देवांशीला ध्यानस्थ अवस्थेत ते सुत्र दिसु लागलं, मनातल्या मनात ती ते सुत्र पुटपुटू लागली. अचानक तळ्यातलं पाणी उचंबळू लागलं, तिच्या भोवती ते गोलाकार फिरु लागलं, त्यानंतर पठारावर वादळ दाटुन आलं आणि सगळी माती हवेत भिरभिरु लागली, देवांशी भोवती असलेल्या पाण्याच्या आवरणात ते वादळ मिसळलं आणि एक भयानक रुप त्या आवरणाला प्राप्त झालं.

थोड्यावेळापुर्वी निरभ्र झालेल्या आभाळामध्ये अचानक पुन्हा ढग दाटुन आले. देवांशीच्या डोक्यावर त्याच ढगांचं चक्र निर्माण झालं. विजा कडकडु लागल्या. वादळात वेदला पुढचं काहिच दिसेनास झालं. देवांशी कोणत्या संकटात तर सापडली नाहिये ना या भितीने तो तिच्या दिशेने धावु लागला. देवांशी पासुन तो काही अंतरावरच होता, इतक्यात जोराची वीज कडाडुन एक तीव्र प्रकाश त्याच्या डोळ्यावर पडला आणि तो खाली कोसळला.

वेदने जेव्हा डोळे उघडले तेव्हा समोरच्या दृश्याने त्याचे डोळे दिपुन गेले. सुर्यप्रकाशालाही लाजवेल असा लख्ख प्रकाश मध्यरात्रीच्या वेळी त्या ठिकाणी पडला होता. रात्रीच्या वेळी जणु दिवस उजाडला होता. अवतीभोवती किरणांच जाळं तयार झालं होतं. क्षितिजापर्यंत ते जाळं पसरलं होतं.

"हे विधात्या तुझी किमया अपरंपार." त्याच्या ओठांतुन शब्द फुटले. त्याने देवांशीच्या दिशेने पाहिलं. त्या दैवी प्रकाशाने त्या ठिकाणाला इतक व्यापुन टाकलं होतं की वेदला तिथलं काहीच दिसुन येतं नव्हतं. अचानक त्याच्या लक्षात काहीतरी येतं. आणि तो त्याची बॅग चाचपु लागतो. बॅग मधील "रे" हे उपकरण त्याने बाहेर काढलं आणि सुरू केलं. रे च्या पृष्ठ भागावर पटल होतं ज्यात भोवतालच्या लहरींची माहिती आपोआप नोंद होत होती. पटलाच्या वरच्या बाजुला एक सेंसर होता जो लाहरींना उपकरणाशी जोडत होता. एक एक करत लहरी यंत्रणेत साठत होत्या. जुन्या लहरी अपग्रेड होत होत्या, नविन लहरी दाखल होत होत्या.

[गॅजेट - रे - ब्रम्हांडात प्रवाहित असलेली विविध किरणे अथवा लहरी मग ती चुंबकीय किरणे असो, विद्‌युत किरणे असो, गुरुत्विय किरणे असो, सुर्याची किरणे असो किंवा चेतालहरी त्यांना टिपण्याचं काम हे गॅजेट करतं. यातील सोफ्ट वेयरच्या मदतीने किरणांचे लहरींचे गुणधर्म,त्यांची बनावट, त्यांची फ्रिक्वेंसी तपासुन निष्कर्ष काढले जातात, मानवी जिवनावरील त्यांचा परिणाम तपासला जातो. कयासच्या निर्मितीमध्ये रे चा फार मोठा वाटा आहे. रे मध्ये टिपलेल्या चेतालहरीना कयासशी जोडल्यामुळेच विधीचा कारभार सहज सोपा आणि जलद झाला. रे चा शोध आर्वीचं आधुनिकीकरणाकडे टाकलेलं पहिलं पाऊल होतं.]

पटलावर वेगवेगळे आलेख दिसु लागले. वेद शोधा या बटनावर क्लिक करतो आणि एक आकडा टाकतो.. पटलावरील इतर आलेखांपैकी एक आलेख ब्लिंक होऊ लागतो. तो त्यावर क्लिक करतो त्या आलेखाच्या बाजुला वेगवेगळ्या इतर कमांड अवतरतात. त्या पैकी "कनेक्ट या बटनावर क्लिक करतो. ते फार वेळ घेऊ लागतं तेव्हा त्याच्या लक्षात येतं की आपण आपलं ब्ल्यु टुथ ऑन करायला विसरलो आहोत. तो झटकन

त्याच्या हाताला लावलेलं घड्याळ चेक करतो. ते बंद असतं. तो झटकन त्याला ऑन करतो.

"बीटी ५७" पटलावर मेसेज येतो. तो ओके या बटणावर क्लिक करतो.

"कनेक्टेड" असा संदेश दिसल्यावर त्याने सुटकेचा निश्वास सोडला. मग घड्याळावरील काही आकडे दाबुन वाट पाहु लागला.

* * *

राघव दवाखान्यातील अतिदक्षता विभागातून बाहेर पडतो. बाहेरच्या आवारातुन तो खाली डोकावतो. खाली गर्द काळोख होता. आवाराच्या कंबरे इतक्या उंचीच्या भिंतीवर तो उभा राहतो. डोळे बंद करुन दिर्घ श्वास घेतो आणि खाली उडी मारतो. दणकन तो पाण्यात पडतो. आत पाण्यात खोलवर गेल्यावर तो डोळे उघडतो. काळोखातुन तो प्रकाशात आला. त्याला वेगवेगळ्या जलपर्णी दिसत होत्या, लहान मोठ्या आकाराचे जलचर त्याच्या अवती भोवती फिरत होते. एक एका जलपर्णीला बाजुला सारत तो पुढे पुढे चालत होता. एका दाट जलपर्णीच्या गुंथ्यामध्ये राधिका अडकलेली त्याला दिसली तो तिच्या जवळ गेला.

त्याला पृथ्वीवरचा त्याचा अपघात आठवला. त्यावेळी राधिका त्याच्या सोबत होती. त्यांची गाडी एका उंच पुलावरुन नदीत कोसळली होती. त्यावेळी जीवाची पर्वा न करता त्याने तिला बाहेर काढलं होतं. तिचे प्राण त्याने वाचवले खरे; पण दुर्दैवाने स्वत:ला तो वाचवु शकला नाही.

राघव भानावर आला. त्याने तिच्या तळहातांशी आपले तळ हात जोडले तसे तिने आपले डोळे उघडले.

"राघव." तिच्या अंतर आत्म्यातुन आवाज आला. तीन वर्षे कधी आठवणींमधून, कधी स्वप्नांमधून एकमेकांशी लपाछपी खेळणारे दोघे आज एकमेकांसमोर उभे होते. त्यांना खूप काही बोलायचं होतं पण ओठांतुन शब्द फुटत नव्हते. पण डोळ्यांतून वाहणारे अश्रु त्यांच्या उत्कट प्रेमाची ग्वाही देत होते.

* * *

संस्थेत सगळे अस्वस्थ झाले होते. तांत्रिक विभाग त्यांच्या परीने यंत्रणा दुरुस्त करण्याचा प्रयत्न करत होते. व्यवस्थापन विभाग गोष्टी नियंत्रणात राहतील यासाठी झटत होता. वेळ हातातुन निसटुन चालला होता. आता केवळ एकच आशेचा किरण दिसत होता आणि तो म्हणजे देवांशी...

ती काय जादु करणार होती हे कोणालाच माहित नव्हत पण हो ती एक जादुगार आहे याची सगळ्याना कल्पना होती.

समर आणि सत्त्या त्यांच्या केबिनमध्ये येरझाऱ्या घालत होते. इतक्यात बेला धावत आली.

"सत्त्या." हुंदके देत ती उद्गारते.

तिच्या हाकेने समर दचकतो.

"वेद... त्याने कॉल केलाय.." बेला उद्गारते.

"असंभव..." सत्त्या हर्षाने उद्गारतो आणि केबिनच्या बाहेर पडतो. समर आणि बेला ही त्याच्या पाठोपाठ केबीनच्या बाहेर पडतात.

"पुढच्या वेळी बेला तु निरोप घेऊन येऊ नकोस दुसऱ्या कोणाला तरी पाठव." समर चालता चालता बोलतो, "कारण पुढच्या वेळी मला नक्की अटॅक येईल आणि मला इतक्यात मुक्ती नको आहे."

"समर. शांत." सत्त्या त्याला ताकीद देतो आणि तांत्रिक विभागात शिरतो, तिथे असलेला फोन उचलून तो वेदशी बोलू लागतो.

"वेद तुला माझा आवाज ऐकु येतोय."

"हो सत्त्या.. स्पष्ट ऐकु येतोय." वेद उत्तरतो.

"तुम्हाला काय काय भेटलं आहे?"

"हे अद्भुत आहे सत्त्या, वेगवेगळी कंपनं, लहरी, किरणं आणि बरच काही..."

"उत्तम."

"सत्त्या मी गॅजेट, मुख्य यंत्रणेला जोडत आहे... आता पुढे जे काही करायचय ते तुम्हाला करायच आहे."

"हो वेद.. धन्यवाद..."

वेद मुख्यालयातील तांत्रिक विभागाच्या मदतीने रे ला मुख्यालयाच्या कयासशी जोडतो.

रे मध्ये टिपली गेलेली बरिचशी कंपने, किरणे, लहरी कयासमध्येही आढळुन येतात.

"ही आधीपासुनच यंत्रणेत आहेत." एक शास्त्रज्ञ बोलतो.

"थांबा थोडावेळ आणखी काही आढळुन येतील.." वेद सांगतो.

"एक एक मिनिट.. हे काय आहे.. अविश्वसनीय.. गुरुत्वीय लहरी.. आपण आत्ता गुरुत्वीय लहरीना टिपलं आहे. माझा विश्वास बसत नाहिये."

दुसरा शास्त्रज्ञ ओरडुन आपल्या खुर्चीवरुन उठला. मागच्या १५ वर्षांपासुन मी यावर अभ्यास करत आहे, पण नेहमी अपयश पदरी पडत होतं.. हे अद्भुत आहे.. मागे उभ्या असलेल्या सत्त्याला पाहुन तो पुन्हा जागेवर बसतो.

* * *

राधिका आणि राघव बोलु शकत नव्हते, पण ते अंतरात्म्याने एकमेकांशी संवाद साधत होते.

"राधिका.. तुला जाव लागेल." त्याच्या अंतरमनातुन आवाज आला. त्याच्या ओठांतुन शब्द फुटत नव्हते, पण त्यांच्या डोळ्यातुन त्यांच्या वेदना स्पष्ट दिसुन येत होत्या.

"नाही. मी तुला सोडुन कुठेच जाणार नाही." तिने त्याला स्पष्ट सांगितलं, "मी नाही जगु शकत तुझ्याशिवाय."

"जगावं लागेल राधिका, माझ्याशिवाय नाही; माझ्यासाठी. आपल्यासाठी." त्याची तळमळ तो तिच्यापर्यंत पोहचविण्याचा प्रयत्न करत होता, "आपली सोबत अल्प काळासाठी होती, पण त्या अल्पकाळात आपण एकमेकांसोबत पाहिलेली स्वप्ने आयुष्यभराची होती, ती स्वप्न तुला पुर्ण

करायची आहेत. आणि आपली प्रेमाची गोष्ट ती ही अर्धवट आहे राधिका; जर तु परत नाही गेलीस तर ती कधीच पुर्ण होणार नाही."

राघवच्या त्या वाक्याने राधिकाला अश्रु अनावर झाले ती हुंदके देत रडु लागली. त्याच्या हातुन तिचा हात सुटु लागला. राघवने तो घट्ट धरुन ठेवला. त्याला तिची ती अवस्था पाहवत नव्हती. त्यालाही तिला स्वत: पासुन तोडणं अवघड जात होत, पण त्याने स्वत:ला सावरलं, आणि मायेनं तिला हाक मारली.

"राधिका. माझ्याकडे बघ."

राधिकाने त्याच्याकडे पाहिलं.

"प्रेम करतेस माझ्यावर?" त्याने विचारलं.

तिने निरागसपणे होकारार्थी मान हलविली.

"मग एक वचन दे मला." दिर्घ श्वास घेऊन तो पुढे बोलु लागला, "तुझं आणि माझं स्वप्न तु पूर्ण करशील. आपली प्रेमाची अधुरी गोष्ट तु पुर्ण करशील. तुझं आणि माझं आयुष्य तु जगशील. माझ्यासाठी.."

राधिका स्वत:ला सावरते, भारावलेल्या स्वरात ती बोलते, "मी वचन देते तुला मी जगेन राघव तुझ्याशिवाय; तुझ्यासाठी... पण तु ही एक वचन दे मला. तु वाट पाहशील माझी, जोपर्यंत आपण पुन्हा भेटत नाही तोपर्यंत. कितीही वर्षे लागली, कितीही काळ लोटला तरी तु थांबशील माझ्यासाठी."

या वेळी त्याच्या अश्रुंचा बांध फुटला, "मी वाट पाहिल तुझी.." दोघानी दोन्ही हातांची बोटे एकमेकांत गुंतवली. कपाळे एकमेकाना टेकवुन ते दोघेही डोळे बंद करुन दोघेही ढसाढसा रडु लागले. त्यांच्या डोळ्यातील अश्रु थांबायच नाव घेत नव्हते.

"जगण्यासाठी तुला आपल्या आठवणींचा तरी आधार आहे राधिका. माझ्याकडे तर तो ही नसेल. तुला जगायला सांगतोय पण स्वत:ला कसं सांगू?" डोळे बंद करून तो मनातल्या मनात पुटपुटला.

राधिका भोवती गुंडाळला गेलेला जलपर्णीचा गुंथा हळु हळु सुटत चालला होता.

दोघांच्याही एकमेकांसोबतीच्या स्मृती परतीच्या वाटेने चालु लागल्या. राधिकाने डोळे उघडले. राघवचे डोळे बंदच होते. तिने त्याच्या गालाचे, कपाळाचे चुंबन घेतले. अलगद त्याच्या हातातुन आपला हात सोडवला आणि ती वरच्या दिशेने निघुन गेली.

तुझ्यासाठी तुझ्याविना जगेन मी

पण जगायच कस ते सांगशील का?

माझ्या शेवटच्या श्वासाची, आपल्या मिलनाच्या त्या क्षणाची वाट पाहिन मी

जिवलगा तु पुन्हा भेटशिल ना?

* * *

केस २ दुत - व्योम, मानवी घटक - निशा

अंधाऱ्या खोलीत एका कोपऱ्यात निशा बसली होती. तिच्या एका हातात सुरा होता. केस विखुरलेले, डोळे पाण्याने डबडबलेले, डोळ्यातल काजळ अश्रुंसोबत चेहऱ्यावर उतरलेल. तिच अंग थरथरत होत.

"निशा.." व्योमने हाक मारली.

"कोण आहेस तु आणि असा आत कसा आलास?" निशाने आश्चर्याने त्याला विचारलं.

"घाबरु नकोस. मी इथे तुला वाचविण्यासाठी आलोय."

"मला वाचविण्यासाठी? मला आता कोणाची गरज नाहिये. मी... मी समर्थ आहे, स्वत:ला वाचविण्यासाठी."

"स्वत:ला वाचविण्यासाठी की संपविण्यासाठी?" निशाने हातात धरुन ठेवलेल्या सुऱ्याकडे इशारा करत तो विचारतो.

हातातील सुऱ्याकडे पाहत निशा ढसाढसा रडु लागते.

"निशा. हे योग्य नाही."

"माहित आहे मला..."

"आणि तरिही तुला हे करायचय?" व्योम विचारतो.

"कारण मी थकलीये." ती केविलवाण्या आवाजात उद्‌गारली. "थकलिये रोज रोजच्या कसरतीमुळे, जगण्यासाठी कराव्या लागणाऱ्या संघर्षामुळे."

"संघर्ष कोणालाच चुकला नाहिये.."

"पण प्रत्येकासाठी तो सारखाही नाही. ज्या वेळी माझ्या सोबतची मुलं त्यांच्या स्वप्नांसाठी संघर्ष करत होती, मी जिवंत रहाण्यासाठी संघर्ष करत होते आणि स्वप्नांसाठी करावा लागणारा संघर्ष आणि जिवंत राहण्यासाठी करावा लागणारा संघर्ष यात फरक आहे. एक तुम्हाला जगण्याचं कारण देतो, तर दुसरा मरणाचं.. पण त्यावेळी मी तक्रार केली नाही संघर्ष केला. आणखी संघर्ष करण्यासाठी आता शरिरात त्राण राहिले नाहित."

"मग आराम कर. थोडा वेळ घे." त्याने मायेने तिच्या डोक्यावरुन हात फिरवला. तशा तिच्या लालबुंद डोळ्यातुन अश्रुंच्या धारा वाहु लागल्या.

"आरामच करणार आहे ती, या आयुष्यातुन मुक्त होऊन." निशाच प्रतिरुप तिच्या समोर अवतरल, "या जन्माने तिला वेदनेशिवाय दिलय तरी काय?"

"कोण आहात तुम्ही? इथे का आलात? जा इथुन.मला एकटीला सोडा."निशा घाबरली. तिच्या अंगातुन घामाच्या धारा वाहु लागल्या. हळु हळु ती मागे सरकु लागली.तिने आपल डोक धरल. तिला डोक्यात प्रखर कळा जाणवत होत्या.

"निशा ही माया आहे, वास्तव नाही. ही केवळ तुझ्या विचारामध्ये आहे. हिच ऐकु नकोस.." व्योम तिला समजावण्याचा प्रयत्न करतो.

"निशा, बघ माझ्याकडे मी तुझच प्रतिरुप आहे, जे तुला आज या वेदनेतुन मुक्त करणार आहे. खरी माया हा आहे. जो भुरळ घालुन तुला या जगात अडकविण्याचा प्रयत्न करत आहे."

"मी तिचा रक्षक आहे. काहीही झाल तरी तुझे वाईट मनसुबे मी यशस्वी होऊ देणार नाही." मायाकडे पाहत व्योम रागाने उद्‌गारतो, "आज मी तुला जिंकु देणार नाही." मग निशाकडे पाहत तो बोलतो, "निशा. हिचं ऐकु नकोस, माझही ऐकु नको. एकदा डोळे मिटुन तुझ्या

अंतरआत्म्याच ऐक... त्या आंतरआत्म्याच जिच्यामुळे तु आजपर्यंत सगळ्या संकटांचा धैर्याने सामना केलास, ज्या अंतरात्म्यान तुला कधीच हरु दिल नाही."

"मी वास्तव दाखवत आहे निशा तुला. आणखी किती दिवस संघर्ष करत आयुष्य घालवणार आहेस. या संघर्षामुळे केवळ वेदनाच तुझ्या वाट्याला आलेल्या आहेत. या वेदनेतुन मुक्ती हवी असेल तर या जन्मातुन मुक्त व्हाव लागेल."

माया हळु हळु तिच्या जवळ येत होती. जस जशी माया तिच्या जवळ जात होती तस तशी निशा घाबरुन मागे सरत होती. ती जास्तच थरथरु लागली. बाहेर विजा कडाडत होत्या. वाऱ्यामुळे खिडक्यांचे दरवाजे उघड झाप करत होते. बाहेरच वादळ घरात शिरल होतं. निशासाठी तो प्रहर अटीतटीचा झाला होता. त्या दोघांपैकी खरं कोण खोटं कोण तिला कळत नव्हत. तिच डोक भनभनत होतं.

"निशा एकदा डोळे मिटुन तुझा आतला आवाज ऐक. त्याच्या शिवाय काहीच सत्य नाही." जिवाच्या आकांताने तो तिला सांगत होता, "एकदा प्रयत्न कर. स्वत:साठी."

निशा घट्ट डोळे मिटते. भोवती घुमत असलेला आवाज हळु हळु शांत झाला.

"निशा.." कोणीतरी हाक मारली आणि तिने डोळे उघडले. काळोखाच रुपांतर पांढऱ्या शुभ्र उजेडात झालं होतं. निशाचा अंतरआत्मा तिच्या समोर प्रकटला. शांत, सौम्य, सोज्वळ आणि हसतमुख असलेली एक वेगळी निशा हरलेल्या, थकलेल्या निशासमोर उभी होती.

"हार मानु नकोस निशा. संघर्षाला संकट समजुन त्याच्या पासुन पळु नकोस, संधी समजुन त्याला सामोरी जा. तीच तुझी खरी ओळख आहे. तीच खरी तू आहेस."

"मी थकले आहे." निशा उद्गारते.

"तेच सांगायचय मला. तु थकली आहेस, संपली नाहिस. तु रणरागिनी आहेस निशा आणि संघर्ष तुझी युद्धभुमी आहे. अझुन तुला खुप जगायचयं,

खुप लढायचयं, जिंकायचयं.. केवळ जगण्याच्या लढाईत नाही तर स्वप्नांच्या लढाईतदेखील.. इतक्यात हार मानू नकोस."

"जमेल मला?" ती निरागसपणे विचारते.

"खात्री आहे मला." निशाच्या खांद्यावर हात ठेऊन ती तिला धीर देते.

विजेच्या कडकडाटाने निशा भानावर येते. मायाचं क्रुर विध्वंसक रुप तिच्या समोर उभं राहिलेलं तिला दिसतं. ती आजुबाजुला पाहते. दुर अंतरावरुन व्योम आशेने तिच्याकडे पाहत होता. त्याचे ही डोळे अश्रुनी भरुन आले होते.

"उशीर करु नको निशा उचल तो सुरा आणि मुक्त कर स्वत:ला." माया तिला प्रभावित करू पाहते.

थरथरत्या हातानी निशा सुरा उचलते.

"मुक्त करणार आहे मी आज स्वत:ला..." स्वत:ला सावरत कशी बशी उभी राहण्याचा प्रयत्न करते.मग मायाकडे पाहत आपली पुर्ण शक्ती एकवटते, "पण या आयुष्यापासुन नाही तुझ्यापासुन." असं म्हणुन तो सुरा ती मायाच्या पोटात खुपसते.

निशाच्या विचारांमधील मायाच रुप हवेत विरुन जातं. व्योम धावत निशा जवळ जातो.

"मी संघर्ष निवडलाय. मी आयुष्य निवडलयं." हसत हसत निशा उद्गारते, यावेळी तिच्या डोळ्यात निराशा नव्हती, वेदना नव्हती, थकवा ही नव्हता. होत ते चैतन्य पुन्हा लढण्याचं, होती ती आशा जगण्याची आणि जिंकण्याची.

बोलता बोलताच तिला घेरी आली आणि ती त्याच्या खांद्यावर बेशुद्ध पडली. त्याने तिला तसंच उचललं आणि बिछान्यावर झोपवलं. त्याचा फोन वाजला. त्याने त्याच्या कानाचं ब्ल्युटुथ सुरु केलं.

"व्योम, आम्हाला ती भेटली आहे. तु तुझी टास्क यशस्वीरित्या पुर्ण केली आहे. अभिनंदन!" तो सुटकेचा नि:श्वास सोडतो आणि एक नजर निशाला पाहतो. ती शांतपणे झोपी गेली होती."

बरोबर करण्याच्या प्रयत्नात का सगळं चुकत जातं?

घट्ट धरुन ठेवण्याच्या प्रयत्नात का हातातुन सारं निसटुन जातं?

गाठी सोडवता सोडवता धागा का आणखीणच गुंतत जातो?

हे का होतय हे शोधता शोधता का स्वत:मध्येच आपण गुरफटत जातो?

या साऱ्या प्रश्नांची उत्तरे अखेर मागायची तरी कोणाकडे?

जेव्हा आयुष्य नावाच्या रणांगणावर आपण स्वत:शीच झुंजत असतो..

जेव्हा आयुष्य नावाच्या रणांगणावर आपण स्वत:शीच झुंजत असतो...

* * *

राघव राधिकाकडे गेल्याने त्याच्या विभागाची जबाबदारी समरकडे होती. त्या विभागाच्या कामांबाबत आढावा घेण्यासाठी समर विभागात दाखल होतो. एकाच डेस्कवर सगळे जमल्याच त्याला दिसुन येत. त्याला पाहताच सगळे आपापल्या टेबलवर जाऊन बसतात आणि आपापल्या प्रकरणावर काम करु लागतात.

"काही समस्या आहे का?" ज्या डेस्क जवळ सगळे जमले होते त्या डेस्कजवळ जाऊन तेथील कर्मचाऱ्याला तो विचारतो.

"नाही. काही नाही. काम चालु आहे." तो बिचकत उत्तर देतो.

"ठिक आहे." अस म्हणुन तो तेथुन जाऊ लागतो इतक्यात तो कर्मचारी समरला हाक मारतो, समर मागे वळून पाहतो. तो समर जवळ येतो.

"एक प्रकरण आहे."

"किती वेळ आहे आपल्याकडे?"

"जास्तीत जास्त अर्धा तास."

"घटक कोण आहे."

तो शांत बसतो.

"सांगशिल का?" समर मोठ्याने ओरडतो.

"९ जणांच कुटुंब आहे." घाबरत घाबरत तो बोलतो." सर्व एकाच वेळी

समर डोक्याला हात लावतो.

"समस्या काय आहे?"

जो क्षेत्रदुत यांच्यासाठी नेमुन देण्यात आलेला आहे तो दुसर्‍या टास्कवर आहे. जवळ पास दुसरा कोणताच दुत सध्या उपलब्ध नाहीये.

समर थोडा विचार करतो, संगणकावरील त्या घटकांचा पत्ता पाहतो, अचानक त्याच्या काहीतरी लक्षात येत आणि तो बेलाला फोन करतो.

"बेला तात्काळ एक संदेश पोहचवायचा आहे."

"कोणाला?"

"मेघनाला."

* * *

केस - ४, घटक - दिक्षित आणि कुटुंबिय, क्षेत्रदुत - मेघना

"जया, तुला कितीवेळा सांगितल मला नाही यायच तुझ्या गुरुजींच्या सत्संगामध्ये,आधीच सकाळच्या प्रवचनानी माझी रात्रीची झोप खराब होते आता रात्री सत्संगाला आले तर दिवसा जगण अवघड होईल माझ." मेघना फोन वर बोलत होती. जयासोबतचा तिचा वाद ऐकुन बाजुला बसलेली कनिका तिची मजा घेत होती.

इतक्यात संगणकावर एक संदेश येतो. बाजुला असलेला सेंसरचा लाल दिवा चमकु लागतो. फोन वर बोलता बोलता मेघना संगणकावरील मेसेज वाचते.

"जया फोन ठेव, मला महत्वाच काम आहे." घाई घाईत ती फोन ठेवते आणि पुन्हा मेसेज निट वाचते.

"तात्काळ, एम. जी. रोड. कोहिनुर सिटी, रो हाऊस क्र. ४, जिवितहानी-९(संपुर्ण कुटुंब)"

"परमेश्वरा.." आपल्या घड्याळाकडे पाहुन जोराने ओरडते, "कनिका तुझ्या बाईकची चावी दे."

घाइघाईत ती तेथुन निघते कनिका तिच्या दिशेने चावी फेकते आणि विचारते, “काय झाल?”

“एमर्जंसी.” चावीला अचुक झेलत मेघना उत्तर देते आणि धावत बाहेर पडते. कनिका संगणकावरील संदेश वाचते तिच्या सर्व लक्षात येतं.

बाहेर ढग दाटुन आले होते. पावसाची भुरभुर चालु होती. प्रयोगशाळेपासुन कोहिनूर सिटी ४५ मिनिटांच्या अंतरावर होती. ४५ मिनिटांच अंतर तिला २० मिनिटात गाठायच होत. त्यालाही आवाहन रस्त्यामधल्या ट्राफिकच होत. म्हणुनच तिने कनिकाची दुचाकी घेतली होती. गर्दीमधुन पटकन बाहेर पडता यावं म्हणुन.

भरधाव वेगात मेघना एम. जी. रोड च्या दिशेने निघाली. ट्राफिकमधुन कशी बशी वाट काढत, सिग्नलचीही पर्वा न करता, मध्येच काही भयंकर पण शॉर्टकटचे असलेल्या मार्गाने ती चालली होती. तिथे आपण काय आहोत, हे तिला माहित नव्हतं पण स्वर्णतुन मेसेज आला होता त्यामुळे तिथे वेळेत पोहचण महत्वाच होतं.

१८ व्या मिनिटाला तिने फिनिक्स सिटीमध्ये प्रवेश केला. वाटेत एकाला क्विन्स व्हिला कुठे आहे हे विचारुन ती निघाली. बंगल्याजवळ तिने गाडी लावली आणि गेट उघडुन आत शिरली. गेटवर तिला थांबवायला कोणी पहारेकरीदेखील नव्हता. धापा टाकत ती दाराजवळ पोहोचली आणि दाराची बेल वाजवली. बराच वेळ कोणी दार उघडल नाही मग ती बेल वाजवत राहिली. अखेर कोणीतरी दार उघडल. एक स्त्री बाहेर आली. संशयाने ती स्त्री तिच्याकडे पाहत होती. धावत पळत मेघना आली तर होती पण ती बोलणार काय होती, तुमच्या मृत्युचा संदेश मला मिळालाय आणि मी तुम्हाला वाचवायला आले.. मेघना विचार करु लागली.

“कोण हवय तुम्हाला?” त्या स्त्रीने विचारलं.

“गुरुजी.” तिच्या डोक्यात दिवा पेटला, “गुरुजींचा सत्संग.. इथेच चालु आहे ना?”

“नाही. चुकीच्या ठिकाणी आला आहात तुम्ही.”

“कोहिनूर, बंगला नंबर - ४ इथेच आहे ना?”

"हो, पण इथे कोणत्याही गुरुजींचा सत्संग सुरु नाही." त्या स्त्रीचा संयम सुटला आणि तिने खाडकन तिच्या तोंडावर दार बंद केलं.

मेघनाला समजेना काय करावं. थोडावेळ विचार करून तिने खिश्यातुन आपला फोन बाहेर काढला आणि स्विच ऑफ केला. मग दिर्घ श्वास घेऊन पुन्हा दाराची बेल वाजविली. पुन्हा त्याच स्त्रीने दार उघडलं.

"मी एकदा सांगितल ना इथे कोणताही सत्संग सुरु नाही. तुम्ही चुकीच्या पत्त्यावर आला आहात." ती स्त्री वैतागून बोलली.

"हो सांगितलं तुम्ही मला ते, पण काय आहे योग्य पत्ता मिळविण्यासाठी मी फोन करत होते, पण माझा फोन स्विच ऑफ झालाय, थोड चार्जिंग करुन मिळाल असतं, तर माझा फोन चालु करता आला असता."

ती स्त्री थोडा विचार करते, "दोन मिनिट आलेच मी." अस म्हणुन ती आत जाते.

दारात उभी असलेली मेघना हळुच आत डोकावते. रात्रीची वेळ होती तरी घरात दिवे लावण्यात आले नव्हते. नावाला फक्त मंद प्रकाशाचा एखाद दुसरा दिवा दिसत होता. बाकी सगळा अंधारच.

दबक्या पावलानी ती स्त्री परत आली.

"तुम्ही आत येऊ शकता."

त्या स्त्रीचं वाक्य ऐकुन मेघनाने सुटकेचा निश्वास सोडला. दोघीनीही घरात प्रवेश केला.

मोठ्या प्रशस्त हॉलमध्ये सोफ़्यावर साधारणपणे ऐंशी पार केलेलं एक वयस्कर जोडप बसल होत. मेघनाने त्याना नमस्कार केला.

हलकसं स्मित करुन त्यानी प्रतिसाद दिला. त्यांच हसणं वरवरचं आणि बळजबरीने आणलेलं होतं हे तिच्या लक्षात आलं. त्या स्त्रीने तिचा मोबाईल चार्जिंगला लावला आणि तिला बसायला सांगितलं. सोफ़्यावर त्या वयस्कर जोडप्याच्या शेजारी ती बसली. आजुबाजुला नजर फिरवली तर किचनमध्ये एक मध्यम वयाची स्त्री आवराआवर करत होती. चोरट्या नजरेने मध्येच ती मेघनाकडे पाहत होती. पुन्हा आपलं काम करत होती.

हॉलच्या बाजुला वरच्या मजल्यावर जाण्यासाठी एक जीना होता. ज्यावर साधारण पणे १५, १६ वर्षाची एक मुलगी आणि १२-१३ वर्षाचा एक मुलगा बसला होता. घर मोठं होतं, कुटुंब मोठं होतं पण तिथे चैतन्य जाणवत नव्हतं, जाणवत होता तो तणाव, एक गुढ तणाव. मेघनाला जे काही करायच होत ते लवकरात लवकर करायच होतं.

"मी मेघना...गुरुजींच्या सत्संगासाठी आले होते, पण पत्ता चुकला आणि त्यात माझा फोन पण बंद झाला तो सुरु केल्याशिवाय मला समजणार देखिल नाही बरोबर पत्ता कोणता ते. माफ करा माझ्यामुळे तुम्हाला त्रास झाला असेल तर.."

"काही हरकत नाही." वयस्कर मनुष्य उद्गारला.

"कोणत्या गुरुजींचा सत्संग होता?" वृद्ध स्त्रीने विचारलं

"गुरु श्रीनाथ... टि.व्ही.वर सकाळचं प्रवचनदेखील असत त्यांचं. जया, माझी आई रोज न चुकता पाहत असते. तुम्हीपण पहा. आयुष्यावर खुप काही बोलतात ते. म्हणजे चांगलच बोलतात."

"पळवाटा आहेत सगळ्या. अशा भोंदू लोकांच्या सत्संगांना, प्रवचनाला हजेऱ्या लाऊन लोक मुर्ख बनत चाललेत. आणि त्या लोकांचे धंदे वाढत चाललेत." आतल्या खोलितुन एक साधारणपणे वयाच्या पन्नाशीतला पुरुष हॉलमध्ये आला आणि निशाच्या समोर असलेल्या खुर्चीवर बसला. त्याच्या हातात दारुचा ग्लास होता.

"मलाही तसच वाटतं, म्हणजे वाटायचं." मेघना उद्गारते.

"मग काय झालं?" त्या वयस्कर स्त्रीने विचारलं.

"मग काय भोंदू बाबानी यांनाही मुर्ख बनवून आपल्या जाळ्यात अडकवलं असणार." असं म्हणुन तो मनुष्य तुच्छतेने हसु लागला.

मेघनाला त्या मनुष्याची, त्याच्या तशा वागण्याची चिड आली पण तिने स्वतःला सावरलं, दिर्घ श्वास घेऊन ती बोलु लागली.

"मी १२ वर्षांची होते, जेव्हा माझ्या वडिलांचा भिषण अपघात झाला. त्यांच्या मेंदुला जोरात मार बसल्यामुळे त्यांच्या सगळ्या संवेदना

थांबल्या आणि त्यानी अंथरुन धरलं. एका गृहिणीवर जिला बाजारातल्या भाजीपाल्याचा साधा भाव ही माहित नव्हता अचानक तिच्यावर तिच्या अर्धमेल्या नवर्‍याची, १२ वर्षाच्या मुलीची, एका कर्जात बुडालेल्या उद्योगाची आणि त्या उद्योगावर अवलंबुन असलेल्या ५० ते ६० कुटुंबांची जबाबदारी पडली, काय करायला हवं होतं तिने?

जबाबदारीतुन अंग काढुन स्वतःच नवं आयुष्य सुरु करायला हवं होतं, नाहितर दुखाने कष्टाने बरबटलेलं आयुष्य संपवायला हवं होतं. बरोबर ना? तिच्या जागी इतर कोणी असतं तर हेच केलं असतं, पण तिने यातल काहीच केल नाही. ती लढली, विस्कटलेलं आयुष्य तिने गोळा केलं आणि ते पुन्हा सजवलं. नवर्‍याची सेवा केली; त्याला जिवंत ठेवलं, मुलीला शिकवुन तिच्या पायावर उभं केलं, उद्योग टिकवला, त्या ५०-६० कुटुंबाना संभाळलं.

कुठुन आलं असेल हे बळ तिच्यात?

त्याच प्रवचनांतुन, त्याच सत्संगातुन... मी त्या गुरुजींना मानत नाही पण मी माझ्या आईच्या त्या श्रद्धेला मानते जे तिला कठिण प्रसंगाना सामोर जायला शिकवतं आणि फक्त तिलाच नाही तिच्या सारख्या अनेक आशावादी लोकाना ज्याना तुम्ही मुर्ख म्हणता. हो तुम्हाला जे मुर्ख वाटतात ते मला आशावादी वाटतात, कारण ते मरणाचं नाही तर जगण्याच कारण शोधतात."

"आणि काय मिळतं त्याना यातुन खोट समाधान, खोट्या आशा बाळगुन वाट पाहत राहण्यापेक्षा वास्तव स्विकारुन मृत्यु पत्करलेला बरा." तो संतापुन उद्गारतो.

"अहो.." मागुन त्याची बायको त्याला शांत करण्याचा प्रयत्न करते, "तुमचा फोन चार्ज झाला असेल." असं म्हणुन गडबडीनं ती मेघनाचा फोन काढुन देते.

आपण प्रमाणापेक्षा जास्त बोलुन परिस्थिती आणखी किचकट केल्याच मेघनाला जाणवलं. पण आता वेळ निघुन गेली होती.

"थॅन्क यु आणि माफ करा मी जर जास्त बोलले असेल तर.." म्हणुन ती निघु लागते. इतक्यात तिला काहीतरी सुचतं आणि ती मागे फिरते.

"काका माझी आई म्हणते, आशा कोणासाठी खरी असते, कोणासाठी खोटी असते, कोणासाठी भोळी असते, तर कोणासाठी वेडी असते. पण प्रत्येकाला ती हवी असते. कधी वडिलधाऱ्यांच्या आशिर्वादातुन, कधी आईच्या कुशीतुन, कधी वडिलांनी पाठीवर ठेवलेल्या हातातुन, कधी जोडीदाराच्या सोबतीतुन, कधी लेकरांच्या हसण्यातुन, कधी मंदिराच्या गाभाऱ्यातुन आणि कधी साधु - महाराज यांच्या वाणीतुन.. कारण ही आशाच असते जी आपल्याला कठिण काळात खंबीरपणे उभं रहाण्याच बळ देते.

मलाही तिची हीच आशा खोटी आणि तिची भक्ती भोळी वाटत होती, पण जेव्हा अंथरुणावर निपचित पडलेल्या माझ्या वडिलांना दहा वर्षांनी शुद्ध आली आणि जयाला जेव्हा दहा वर्षानी पहिल्यांदा रडताना पाहिलं, मला माझ्या सगळ्या प्रश्नांची उत्तरं मिळाली." डोळ्यात दाटुन आलेल्या अश्रुना तिने आतच दाबुन धरलं आणि ती पुढे बोलू लागते, "आणखी सोप्या भाषेत सांगायचं तर प्रत्येकाच्या आयुष्यात एक काळ असा असतो जो गर्द काळोखाचा असतो ज्यात मनुष्याला समोरच काहीच दिसत नसतं अशावेळी धडपडत, चाचपडत एक तर तो वाट शोधतो नाहीतर वाट दाखवणारा कारण त्याला थांबायचं नसतं. आता तुम्ही ठरवा अंधारात एकाच जागी थांबायचआहे की पूढे जायचंय." आणि सगळ्यांचा निरोप घेऊन बाहेर पडली.

ती बाहेर तर पडली होती, पण आता पुढे काय? अनर्थ टाळायला ती यशस्वी झाली आहे की नाही हे तिला समजत नव्हतं. तिने तात्काळ आपला फोन चालु करुन कनिकाला फोन लावला.

"हॅलो कनिका, कृपा करुन चेक कर की माझी टास्क पुर्ण झाली आहे की नाही." मेघना घाई घाईत बोलते.

"हो एकच मिनिट." कनिका संगणकावरुन कयासला संदेश पाठवते, "फोन चालुच राहु दे."

त्यांच्या वरांढ्यात मेघना घिरट्या घालत असते इतक्यात मागुन कोणीतरी तिला हाक मारली.

ती मागे वळुन पाहते. सोफ्यावर बसलेल्या वयस्कर जोडप्यातील आजोबा काठी टेकवत टेकवत तिच्या जवळ आले.

"काय नाव म्हणालीस?" त्यांनी विचारलं.

"मेघना."

"तुझं नाही त्या महाराजांचं?"

"गुरुजींचं? श्रीनाथ.. ईंटरनेटवर मिळुन जाईल त्यांची माहिती. चांगले गुरुजी आहेत ते. तुम्ही ऐका त्यांना, चांगल वाटेल तुम्हालाही.." ती बिचकत बिचकत सांगते.

आजोबानी हसुन तिच्या डोक्यावरुन हात फिरवला, "या घरात आशेचा किरण घेऊन आलीस तु. आभारी आहे मी तुझा." अस म्हणुन ते तेथुन निघु लागले. मेघना क्षणभर थक्क झाली, फोनवर कनिकाचा आवाज ऐकुन पुन्हा भानावर आली.

"अभिनंदन, तु टास्क यशस्वीरित्या पुर्ण केली आहे. त्यांची कंपने बदलली आहेत आणि ते पुन्हा यंत्रणेशी जोडले गेले आहेत, मेघना. मला तुझा अभिमान वाटतोय. लवकर ये. मी वाट पाहत आहे."

* * *

"इतकी वर्षे ज्या गुरुजींना तु नाव ठेवली, बोल लावले आणि त्यांच्याच नावाचा वापर करुन, त्यांचेच गुणगान गाऊन तु आजची टास्क पुर्ण केलीस. कमाल आहे. जयाला सांगितल तर तिचा आनंद गगनात मावणार नाही." कनिका मेघनाची फिरकी घेऊ लागते.

"तु अस काही करणार नाही. मुळातच तुला परवानगी नाहिये." मेघना वैतागून बोलते.

"परवानगी मला समांतर विश्वाचं सत्य सांगायला नाहिये, पण तुझं सत्य तर सांगुच शकते. तिला सांगु शकते की गुरुभक्तीचा तिचा वारसा तिची मुलगी खुप चांगल्या पद्धतीने संभाळु शकेल, भलेही ती तुझ्या तोंडावर नाकारत असेल, पण शेवटी आहे तुझीच मुलगी; गुण तर लागणारच."

"तसं काही नाहीये. उगाच सांगितल मी तुला. मी पाया पडते तुझ्या पण तिला काही सांगु नकोस. आत्ता तुला कारण भेटलय मला चिडवायला, उद्या तिला कारण भेटेल."

“ठिक आहे नाही सांगत. आत्ता नाही सांगत, पण हा माझा हुकुमी एक्का आहे, वेळ आली की वापरेल.” “बर मला सांग नक्की प्रकरण होत काय? एकाच वेळी ९ जण?”

“मोनार्च बिल्डर्स नाव ऐकल असशील तु?”

“त्यांच कुटुंब होतं का?”

“हो. शहरातील एके काळचे प्रख्यात बिल्डर, ते जिथे राहतात ती कोहिनुर सिटी त्यानीच तर वसविली आहे.”

“मग अचानक असं काय झालं की त्यांनी एवढा टोकाचा निर्णय घेतला?” कनिकाने कुतुहलाने विचारलं.

“काही वर्षांपासुन आर्थिक स्थिती नाजुक होती त्यांची. कदाचित म्हणुन असेल.” मेघनाने अंदाज लावला.

“असो. त्यांनी त्यांच मन वळवलं हे महत्वाचं. असा टोकाचा निर्णय घेऊन प्रश्न सुटत नसतात.”

“विवान कुठे आहे?” मेघना विचारते. त्यांच्या केमिस्ट्रीच्या प्रयोगशाळेत दोघी प्रवेश करतात. शितपेटीत ठेवलेली काही द्रव्ये मेघना बाहेर काढते आणि त्यांना तपासु लागते.

“तो आणि त्याचे वर्ग मित्र मूर्ती सरांच्या गावी गेले आहेत. अंत्यविधीला जाता नाही आलं, मग आज गेले आहेत. या कुटुंबासारखं मूर्ती सरांच ही आपल्याला आधी कळलं असतं तर त्यांचे ही प्राण वाचले असते.”

“हो त्यांचेच काय आपल्याला शक्य असत तर सगळ्यांचेच प्राण वाचविले असते.”

“मेघना, जे लोक आत्महत्त्या करतात,त्यांच पुढे काय होतं?” कनिकाला प्रश्न पडतो.

“काय होतं म्हणजे?”

“म्हणजे इतरांप्रमाणे ते देखील समांतर विश्वात दाखल होतात का?”

“माहित नाही. होत असतील.”

“मला वाटत; नसतील. तिथे नैसर्गिक मृत्यु प्राप्त झालेल्या लोकानाच प्रवेश मिळत असेल.”

“तसही असु शकतं, पण मग त्या आत्मा कुठे असतील?”

“ते तुला त्याना विचारल्यावर कळेल तुला.”

“ते सांगतील अस वाटतय तुला?”

“तु त्यांच एवढं मोठ काम केलस त्या बदल्यात तर त्यानी तुला हे सांगायला हवय. तु थोडीना त्यांना त्यांच्या यंत्रणेचे पासवर्ड मागत आहेस.”

“विधीचे निष्ठावान सदस्य आहेत ते. त्यांचं काम काढुन घेतील पण आपल्या कामाचं जरा काही सांगणार नाहित. पण तरी मी एकदा नक्की प्रयत्न करेल.”

* * *

“सत्त्या..” बेला धावत सत्याच्या केबीनमध्ये येते...

सत्त्या आणि समर दोघेही कयासच्या सुधारणे विषयी चर्चा करत असतात. समरकडे पाहुन बेला काहीच बोलत नाही. तिला समरने मागे दिलेली चेतावणी आठवते.

“बोलशील का आता?” सत्या तिच्यावर खेकसतो.

“कयास रिकव्हर होत आहे..” खाली मान घालुन ती तोंडातल्या तोंडात पुटपुटते.

“काय?” सत्त्या जोराने ओरडतो..

“कयास रिकव्हर होत आहे...तांत्रिक विभागातुन निरोप आलाय.”

बेलाचं बोलणं ऐकुण समर लागलीच संगणकावर तपासु लागतो.

सत्त्या आतुरतेसह चिंतेने त्याच्याकडे पाहु लागतो. यावेळी त्याला निराश व्हायच नव्हत.

समर त्याच्याकडे पाहतो, त्याच्या चेहऱ्यावर कसलेच भाव नव्हते.

"सत्या... बेला खरं बोलत आहे. यंत्रणा पुर्वपदावर येत आहे."

त्याच्या त्या वाक्याने सत्त्याला धीर येतो. दिर्घ श्वास घेतो. त्याचा त्याच्या कानांवर विश्वास बसत नव्हता, त्याचे पाय लटपटु लागतात. आधारासाठी तो मागच्या भिंतीला टेकतो आणि थोडावेळ तसाच उभा राहतो.

सगळे एकमेकांशी हात मिळवुन गळाभेट करुन आपला आनंद व्यक्त करतात.

"बेला बेला बेला.. कमाल केलीस तु. तु आज मला माझ्या आयुष्यातील सगळ्यात महत्वाची बातमी देऊन माझ आयुष्य वाढवल आहेस...लाख लाख आभार तुझे." बेला ला मिठी मारुन समर उद्‌गारतो.

"यु आर वेलकम..समर." दबक्या स्वरात बेला पुटपुटते...

पण हा चमत्कार झाला कसा? आत्ता काही मिनिटांपुर्वी जे अशक्य वाटत होत ते शक्य कस झाल.

"देवांशीमुळे.." आर्य आत प्रवेश करतात, "दुष्टशक्तीच्या संपर्काने जी कंपने दुषित झाली होती, त्याच कंपनाना जेव्हा देवांशीचा पवित्र आणि शुद्ध स्पर्ष झाला ती कंपने स्वच्छ झाली. याचाच अर्थ असा की दुष्टांचा अंत अटळ आहे, भलेही त्याला कितीही वेळ लागो.

"आणि कितीही निष्पापांचे जीव जावोत." सत्त्या त्याची निराशा व्यक्त केली.

"त्याला काही पर्याय आहे का?" तितक्याच स्पष्टपणे आर्य उत्तर देतात, "कितीही कटु असल तरी हेच सत्त्य आहे सत्त्या."

आर्यंच्या त्या विधानावर सत्त्या काहीच बोलत नाही कारण त्याला माहित होत युद्ध रणांगणावर असो की आणखी कुठे रक्ताचा सडा पडल्याशिवाय त्याचा अंत होत नाही.

* * *

कयास पूर्वपदावर आल्यामुळे संपुर्ण संस्थेत उत्साहाचं वातावरण होतं. सगळे एकमेकांचं अभिनंदन करत होते. इतक्यात निलच्या संगणकावर संदेश आला. तो वाचुन निल गंभिर झाला.

"काय झालं निल?" त्याच्या सहकार्याने प्रश्न केला.

"एक प्रकरण आलय."

"हे कस शक्य आहे? कयास तर सुस्थितीत आलाय, मग हे प्रकरण?"

"कयास अझुन पुर्णपणे सुस्थितीत आलेला नाहिये. आपल्याला इतकही निश्चिंत होता येणार नाही." तो शांतपणे उद्गारतो आणि पटलावरच ते प्रकरण उघडतो.

"हो बरोबर आहे तुझं. कोणतं प्रकरण आहे?"

पटलावर माहीती एकत्रिकरणाच चिन्ह फिरत होतं. काही वेळात त्या नविन प्रकरणाची माहिती दिसु लागते.

त्या प्रकरणातील मानवी घटकाच नाव पाहुन दोघाना ही हादरा बसतो.

"निल हा तर अत्यंत महत्वाचा मानवी घटक आहे." तो बोलतो

"हो माहित आहे मला." त्या मानवी घटकाच वर्तमानातल ठिकाण नकाशावर शोधता शोधता तो उद्गारतो.

"म्हणजे हे प्रकरण अति महत्वाच्या प्रकारात जाईल. आपल्याला समरला बोलवाव लागेल."

"तितका वेळ नाही आपल्याकडे आणि मला काळजी वेगळीच आहे."

"कसली?"

"जर ही दुर्घटना रोखण्यात आपल्याला यश नाही आलं तर...." त्याच्या सहकार्याकडे पाहत तो काळजीने बोलतो, "याचे कोलॅटरल डॅमेजेस किती होतील?"

"नाही नाही निल. आत्ता कुठं सगळं स्थिर होत चाललय, जर हे प्रकरण फसलं तर सगळ्यांचा हिरमोड होईल. तु काहीतरी कर. तुझ्या

बुद्धीची आणि बोटांची जादु दाखव आणि ही दुर्घटना थांबव." त्याच्या सहकाऱ्याच्या अंगाचा थरकाप होऊ लागतो. आत्ता काही वेळापुर्वी सगळ्यांच्या डोक्यावर कित्येक दिवसांपासुन टांगत असलेली तलवार खाली उतरली होती. कित्येक दिवसानी सगळ्यानी मोकळा श्वास घेतला होता. एका प्रकरणामुळे सगळ्यावर पाणी फिरायला नको याची चिंता त्याला सतावु लागली. तो तसाच निल शेजारी बसुन राहिला. लोक त्यांच यश साजर करत होते, नविन प्रकरणाची बातमी देऊन त्यांच्या आनंदावर त्या दोघाना विरझन टाकायच नव्हत म्हणुन त्यानी जोपर्यंत हे प्रकरण यशस्वीपणे मार्गी लागत नाही तोपर्यंत कोणालाही काही न सांगण्याच ठरवलं.

नकाशावर तो मनुष्य दिसुन येतो. निल त्यावर क्लिक करतो. पटलावर त्याची वर्तमान स्थिती दिसुन येते. निल तात्काळ तेथिल जवळच्या रक्षक दुताशी संपर्क करतो आणि त्याला तिथे लगेच पोहचण्यासाठी सांगतो. पटलावर त्याला तो मानवी घटक दिसत असतो. एका उंच इमारतीच्या छतावर तो उभा होता. हळुहळु निल त्याला झुम करु लागतो. पटलावरच नर्व्हस सिस्टिमच बटण दाबतो. त्याच्या मानवी शरिराच रुपांतर एका जाळ्यात होत. निल त्याच्या चेतासंस्थेचं बारिक निरिक्षण करु लागतो.

प्रकरण-५ मानवी घटक - शर्विन, रक्षक दुत - क्षण

शर्विन, भारतातील सर्वोत्तम धावपटु. ज्याने एकेकाळी भारताला धावण्याच्या स्पर्धेत जागतिक स्तरावर स्थान मिळवुन दिलं होतं. कित्येक सुवर्ण पदकांचा तो मानकरी होता आणि म्हणुनच त्याला सोनेरी चित्ता म्हणुन देशभर गौरवल जायचं. आणि हीच शोकांतिका होती की त्याला गौरवल जायचं; जेव्हा तो देशाचं प्रतिनिधित्व करत होता, पदकं आणत होता तेव्हा. पण एका अपघातात त्याला गंभिर दुखापत झाली आणि त्याच आयुष्य बदलुन गेलं. पहिल्या सारख कौशल्य त्याच्यात राहिलं नव्हत. उगवत्या सुर्याला नमस्कार करणारे लोक मावळत्या सुर्याकडे पाठ फिरवतात, अगदी तसंच त्याच्या यशामध्ये त्याला डोक्यावर घेणाऱ्या लोकांनी त्याच्या कठिण काळात त्याच्याकडे पाठ फिरवली.

उंच शिखरावरुन अचानक कोणीतरी खोल दरीत ढकलल्यासारखं त्याला वाटत होतं ज्यातुन बाहेर पडायचा मार्ग त्याला सापडत नव्हता, पण तिच दरी त्याला त्या दिवशी एका उंच टोलेजंग इमारतीच्या गच्चीवर घेऊन आली होती.

त्याला शोधत त्याचा रक्षक दुत क्षण तिथे पोहचला.

समोर गच्चीच्या भिंतीवर शर्विन शांत उभा होता. त्याची पाठमोरी आकृती त्याला दिसत होती.

"निल मला तो सापडला आहे. आपल्याकडे वेळ नाहिये. मी माझ्या भौतिक शक्ती सक्रिय करत आहे. या भागात अझुन आपली मुख्य यंत्रणा पुर्णपणे सुरू झाली नाहिये" अस म्हणुन तो त्याच्या हातातील घड्याळाच डायल फिरवु लागतो.

"नाही क्षण. थांब." निल ने त्याला आडवल. क्षण आणि निलच्या सहकार्याला आश्चर्याचा धक्का बसला.

"मला माहित आहे हा धोका पत्करुन मी खुप मोठी चुक करत आहे, पण माझ्यावर विश्वास ठेव त्याला वाचवायला तुझ्या भौतिक शक्तीची आवश्यकता नाही, ना माझ्या गणिती सुत्रांची."

"म्हणजे?"

"म्हणजे तो नाही उडी मारणार.."

"हे बघ नील तु त्याच्या पासुन कित्येक मैलांवर आहे आणि मी काही पावलांवर. आता या घडीला तो माझ्या समोर एका १२ मजली इमारतीच्या छतावर उभा आहे जमिनीकडे तोंड करुन, त्याची मन: स्थिती स्थिर नाहीये आणि तु इतक्या खात्रीने कसा म्हणु शकतोस की...की तो काही करणार नाही?"

"कारण तो एक खेळाडु आहे. हार माननं त्याच्या रक्तातच नाहिये. विश्वास ठेव माझ्यावर पुढे जाऊ नकोस. हा डाव त्याचा आहे तो त्यालाच खेळु दे."

निलच बोलण क्षण ला पटतं तो पुढे जात नाही, पण तो तयारित राहतो काही अनुचित घडेल याची जरा जरी शंका आली तरी त्याच्या भौतिक शक्तींच्या मदतीने ती सावरण्याच्या तयारीतच तो उभा होता.

इकडे निल आणि त्याचा सहकारी पायसच्या निर्णयाची वाट पाहत पटलाला डोळे लाऊन बसले होते. त्याना तो स्पष्ट दिसत होता. खचलेला, गोंधळलेला, निराश; तो भिंतीवर उभा होता. बराच वेळ.

त्याने आपली सारी शक्ती एकवटली आणि दिर्घ श्वास घेऊन तो मोठ्याने किंचाळला. एकदा, दोनदा,तीनदा, इतके दिवस आत मनात खोलवर साठवुन ठेवलेल दुख, राग, वेदना त्याने बाहेर काढल्या. त्याला तशा अवस्थेत पाहुन क्षण ला गहिवरुन आल.

मन मोकळ झाल्यावर तो मागे फिरला. त्याला मागे फिरलेलं पाहुन क्षण, निल आणि त्याच्या शेजारी बसलेला त्याचा सहकारी यांनी सुटकेचा निश्वास सोडला.

"तू पड, तू रड, पण तू चाल, तू लढ..
हे भय, हे भाग्य, या वेदना, हे दुःखं
आहे केवळ काही क्षणांचा संभ्रम..
हरतील, नमतील, संपतील तुझ्या पुढ्यात
जेव्हा घेशील हातात तुझ्या धैर्याची तलवार
आणि संयमाची ढाल...."

"तुला इतकी खात्री कशी होती नील की तो काही करणार नाही?"

"म्हटलं ना तो एक उत्कृष्ट खेळाडु आहे. यशासोबत कित्येक अपयश त्याने पाहिली असतील पण म्हणुन त्याने खेळणं सोडलं नाही. मग आयुष्याच्या खेळात आलेल्या अपयशाने तो जगणं कसं सोडेल?"

"एक सांगु का नील तु अगदी योग्य ठिकाणी आहेस. तु लोकाना अचुक ओळखतोस. आपल्यातील बरेच जण अनुकुल स्थिती निर्माण करण्यासाठी बऱ्याचदा मानवी घटकाना मॅन्युपलेट करतात. पण तु त्याना त्यांचे निर्णय

घेण्याचं स्वतंत्र्य देतोस, त्याना कोणतीही हानी न होऊ देता. तु खरा रक्षक शोभतोस."

निल गालातल्या गालात हसतो.

कयास प्रणालीमधील बिघाडाच्या संकटातील ते त्यांच शेवटच प्रकरण ठरलं. यंत्रणेला ऑटो मोडवर ठेऊन ते दोघेही त्यांच्या इतर सहकार्‍यांसोबत सामिल झाले.

११

एक नवी पहाट

सर्व क्षेत्रानी इतके दिवस बंद ठेवलेल्या क्षेत्रसीमा खुल्या केल्या. त्यामुळे मानवी विचार आणि आत्मलहरी मुक्त झाल्या होत्या, त्यांचा प्रवाह मोकळा झाला होता. कयासच्या प्रणालीला अद्यावत करण्याची प्रक्रिया सुरु होती. सगळ्या फ्रिक्वेंसी, सगळ्या लहरी, महाजाल यांना विषाणुविरहित करण्यात येत होतं, त्यांचे प्रवाह तपासुन पुर्वपदावर आणण्यात येत होते. मानवी प्रोसेसर्स, त्यांची चेता संस्था यांच्या शुद्धीची प्रक्रिया सुरु होती. सकाळ होण्याआधी हे सगळं पुर्ण व्हायला हवं होतं म्हणुन सगळ्यांचे प्रयत्न सुरु होते. त्यामुळे संस्थेत लगबग सुरु होती. आणखी काही तास त्यांना हे काम करायचं होतं. एकदा कयासची प्रणाली नेहमी सारखी काम करु लागली की त्यांच्या डोक्यावरच ओझ कमी होणार होत. खुप दिवसानी ते मोकळा श्वास घेणार होते, खुप दिवसांनी त्यांना निवांतपणा मिळणार होता.

मुख्यालयाच्या आवारात धर्मस्तंभाच्या समोर सत्त्या डोळे मिटुन उभा होता. त्याच्या चेहऱ्यावरच तेज परत आलं होत. एक मोठ संकट टळल्यामुळे त्याला मोकळ वाटत होतं, शांत वाटत होतं. आभाळात दाटलेले काळे ढग सरुन चांदण्यांचा लख्ख प्रकाश जमिनीवर पडला होता. वाऱ्याची झुळुक आता त्याच्या अंगाला बोचत नव्हती, आता ती त्याला आधीच्या सारखी आल्हाददायी वाटत होती. त्याच चांदण्याच्या प्रकाशात, वाऱ्याच्या झुळकेचा आस्वाद घेत धर्मस्तंभासमोर उभा राहुन तो आपला विजय एकांतात साजरा करत होता. क्षेत्रप्रमुख होता तो इतरांप्रमाणे स्वत:च्या भावना जगजाहिर करण्याची सुट त्याला नव्हती.

दबक्या पावलानी बेला तिथे आली, “सत्त्या” बारिक आवाजात तिने त्याला हाक मारली. “सगळी तयारी झाली आहे. तु तयार आहेस का?”

सत्त्याने डोळे उघडले, "हो. मी तयार आहे. चल पहाट होत आलीये आपल्याला उशीर करायला नको."

दोघे ही लिफ्टच्या दिशेने चालु लागतात.

"सत्त्या इतर क्षेत्रप्रमुखांनी आणि संतुलन समितीनेही विनंती केली आहे की आज तु केवळ क्षेत्राला नाही तर विश्वाला संबोधित कराव. त्यांच म्हणण आहे की तुझ्याइतका प्रभावी संदेश इतर कोणीही लोकांपर्यंत पोहचवु शकणार नाही."

"क्षेत्र काय विश्व काय आपल्याला सगळे सारखे आहेत."

"अर्थात. आम्ही खुप भाग्यवान आहोत सत्त्या की तु आमचा क्षेत्र प्रमुख आहेस. तुझ्या मार्गदर्शनाखाली काम करुन खुप शिकायला मिळाल."

"मी फक्त माझं काम करत आहे बेला."

"तेच तर तुझ वैशिष्ट्य आहे. तु जितक्या निष्ठेने, जितक्या प्रामाणिकपणे तुझं काम करतोस इतर कोणालाही ते शक्य नाही."

"कौतुक समारंभाचा एक खास कार्यक्रम आपण ठेऊयात, पण नंतर. आत्ता या प्रकरणातलं शेवटचं काम करुयात का?" सत्त्या हसुन उद्गारतो. खुप दिवसानी त्याच्या चेहऱ्यावर हास्य खळाळलं होतं.

"हो आत्ता ते महत्वाच आहे." बेलाने ही हसत दुजोरा दिला.

दोघेही लिफ्ट मधुन बाहेर पडतात.

बेलाने सगळे सिग्नल व्यवस्थित चेक करुन घेतले होते. सामुहिक संदेश प्रविष्टी संबंधित सगळ्या जोडण्या व्यवस्थित झाल्याची व सत्त्याचा संदेश लोकापर्यंत विनाव्यत्यह पोहचेल याची तिने खात्री केली.

[सामुहिक संदेश प्रविष्टी तंत्र-

क्षेत्र स्तरावर अथवा वैश्विक स्तरावर एखादा सामुहिक संदेश मानवी विचारामध्ये अंतर्भुत करण्यासाठी या तंत्राचा वापर केला जातो. हा संदेश लिखित किंवा मौखिक स्वरुपात कयासच्या माध्यमातुन मानवी विचार लाहरींमध्ये सोडला जातो आणि मानवी विचार लाहरींमधून तो मनुष्याच्या चेतासंस्थेत व चेतासंस्थेतुन त्याच्या अवचेतन मनामध्ये साठवला जातो.]

सत्त्या संदेश कक्षात पोहचतो. त्याच्या उंचीनुसार समोरचा माईक ॲडजस्ट करतो. समोर कयासचा तांत्रिक गट बसला होता, जो संदेशाच वहन आणि स्थिती यांच्यासंबंधित तांत्रिक बाबीवर लक्ष ठेवणार होता. सत्त्याने त्याना खुनावल आणि त्यानी यंत्रणा सुरु केली.

सत्त्या बोलण्यास सुरुवात करतो.

“माझ्या पृर्थ्वीवासी आणि आर्वीवासी बांधवानो, मी सत्त्या; तुमचा क्षेत्र रक्षक. पृर्थ्वी आणि आर्वी आपली दोन समांतर विश्व. दोन समांतर वास्तवं. अनंत काळापासुन एकमेकांसोबत वास करत आहेत. या अनंत वर्षांच्या सहवासात त्यानी अनेक चढ उतार पाहिले, अनेक ऊन पावसाळे पाहिले, अनेक संकटांचा सामना केला, हा प्रवास कठिण होता पण त्यानी तो पार केला, कारण त्यांच्यात समतोल होता. आज तो समतोल कुठेतरी अस्थिर झाला आहे. कारण दोन्ही विश्वामधील संतुलनाला कुठेतरी धक्का लागला आहे.

गेल्या काही दिवसांपासुन, महिन्यांपासुन आपण एका मोठ्या संकटाचा सामना करत होतो. एका अदृष्य दुष्ट शक्तीचा सामना करत होतो. अदुश्य शक्ती जीची ना कोणती ओळख आहे ना आपल्या दोन विश्वात तिचं काही अस्तित्व आहे, पण तरी ती शक्ती आपल्यावर हल्ला करायला आपल्यावर ताबा घ्यायला सफल झाली. कशी? तिने आपल्यातल्या दुर्बलतेला आपल्यातल्या कमजोर भागाला अचुक हेरलं आणि त्याचा वापर करुन तिने आपल्या यंत्रणेतच नाही तर आपल्या जिवनात प्रवेश करुन आपला घात करण्याचा प्रयत्न केला.

आपली दुर्बलता आपली कमजोरी म्हणजे आपली मनस्थिती. मग ती नैराश्याने भरलेली असेल, भावनिक गुंतागुंतीनी ग्रासलेली असेल किंवा क्रोधाने पेटलेली असेल. ही कठिण काळातील आपली मनस्थिती त्या दुष्ट शक्तीचं शस्त्र बनली आणि आपला संहार. आपली रक्षकसेना त्या शत्रुला परतविण्यात यशस्वी झाली खरी पण पण जाता जाता तो बाहेरचा शत्रु आत एक त्याच्यापेक्षा अधिक बलवान शत्रु तयार करुन गेला. तो शत्रु म्हणजे आपला प्रत्येकाचा कठिण काळ.

कठीण काळ, ज्यावेळी आपण आपल्या सगळ्यात नाजुक भावनिक स्तरावर स्वत:शीच लढत असतो तो काळ. आजपर्यंत माझ्यावर जबाबदारी होती बाहेरच्या शत्रुपासुन तुमचं रक्षण करण्याची, पण आज माझ्यावर जबाबदारी आहे त्या आतल्या शत्रुपासुन तुमचं रक्षण करण्याची. पण मी तुमचं रक्षण करणार नाही. आयुष्य तुमचं आहे, शत्रु तुमचा आहे, मग मी का लढु? मीच नाही, इतर कोणीही तुमच्या वाटेची लढाई का लढायची आणि कुठपर्यंत लढायची? कधीतरी तुम्हालाही शस्त्र हातात घ्यावं लागेल, मग जर कधीतरी शस्त्र हातात घ्यायचच आहे तर आता का नाही?

आता तुम्हाला प्रश्न पडला असेल हा लढा जर माझा माझ्याशीच आहे तर मग यात विजय कोणाचा आणि पराजय कोणाचा? मुळातच स्वत:शी असलेला लढा हा जय पराजयाचा नसतो, स्वत:शी असलेला लढा स्वत:ला ओळखण्याचा असतो आपल्या सर्वोत्तम सर्वोत्कृष्ट आवृत्तीला आपल्या सर्वोत्तम रुपाला बाहेर काढण्याचा असतो.

पण ही सर्वोत्कृष्ट आवृत्ती बाहेर काढण्यासाठी करावा लागणारा संघर्ष तितकाच कठिण आहे. हा संघर्ष तुम्हाला तुमचं सर्वोत्कृष्ट सर्वोत्तम रुप दाखविण्याआधी तुम्हाला तुमच्या सर्वात वाईट रुपाचं दर्शन घडवतो. तुमचं सर्वात वाईट रुप ज्याला तुम्ही वास्तव समजुन जगु पाहता, जे तुम्हाला भरकटवतं, जे तुम्हाला बिघडवतं. संभ्रमाचा एक असा मायाजाळ तुमच्याभोवती निर्माण करतं की ज्याच्यामागे वास्तव कुठे तरी लपुन जातं. तुम्हाला त्या वास्तवाला धरुन ठेवायचय, तुम्हाला तुमच्या खऱ्या रुपाला धरुन ठेवायचय. संयमाने आणि धैर्याने त्या मायाजालाला आणि त्या वाईट रुपाला सामोर जायच आहे. ज्या क्षणी हे दोघेही पराभुत होऊन माघार घेतील तुमचं सर्वोत्तम रुप तुमच्या समोर उभं असेल. तुमच सर्वोत्तम रुप, ज्याला कोणीच कधी भरकटवु शकत नाही, हरवु शकत नाही. जे संयमी असेल, निर्भीड असेल, खरं असेल.

मला तुमचं सर्वोत्तम रुप बघायचं आहे आणि मला खात्री आहे तुम्हालाही तुमचं ते रुप पहायचं असेल. मग उठा आणि शोधा तुमच सर्वोत्तम रुप...जे तुमच्यात आशेचा किरण, लढण्याच बळ आणि जगण्याची जिद्द घेऊन येईल. जे तुम्हाला प्रत्येक शत्रु पासून वाचवेल त्यावेळी तुम्हाला

कोणत्याच रक्षकांची आवश्यकता भासणार नाही. ब्रम्हरक्षकांची आवश्यकता भासणार नाही." त्याचे डोळे पाणावतात. माईक बंद करून तो संदेश कक्षातुन बाहेर पडतो. सगळे टाळ्यांच्या कडकडाटात त्याच कौतुक करतात. त्याचा संदेश ऐकत उभ्या असलेल्या बेलाला गहिवरुन येतं.

तिच्यासोबत त्या कक्षात आर्य आणि समरही उपस्थित होते. आर्य सत्त्या जवळ आले त्याच्या खांद्यावर हात ठेऊन म्हणाले, "सत्त्या तु क्षेत्रप्रमुख म्हणुन तुझं कर्तव्य उत्तम निभावलं आहेस आता वेळ आहे बापाचं कर्तव्य निभावण्याची."

* * *

सत्त्याचा संदेश मानवी लाहरींमार्फत लोकांच्या अवचेतन मनामध्ये साठवला जातो. पहाट उजळु लागली होती. सुर्याची किरणे हळु हळु जमिनीवर अवतरु लागली होती. जग हळुहळु जाग होत होतं.

फरशीवरंच झोपी गेलेल्या नैनाला, बिछाण्यावर बेशुद्ध अवस्थेत पडलेल्या निशाला जाग येते. दोघीही आपआपल्या खिडकीतुन उगवत्या सुर्याकडे पाहतात आणि नव्या आयुष्याबद्दल आभार मानतात.

दिक्षित कुटुंबियांनी नव्या दिवसासोबतच नव्या आयुष्याची सुरुवात केली होती. आलेल्या आर्थिक समस्येवर एकजुटीन मार्ग काढायचं त्यांनी ठरवलं. शर्विननेही पहाटे उठुन आपला सराव सुरु केला आणि आपल्या कारकिर्दीच्या नविन पर्वाची सुरुवात केली.

कोमात असलेल्या राधिकाला शुद्ध आली. तिला शुद्धीवर आलेलं पाहुन खचून गेलेल्या तिच्या आई - वडिलांना, सासु - सासर्‍यांना नविन जीवादान मिळालं. लिलाला आपल्या चुकीच्या निर्णयामुळे एका मुलाला गामवावं लागलं, म्हणून दुसर्‍या मुलीच्या भविष्यासाठी तिने विचारपूर्वक आणखी एक निर्णय घेतला आणि व्यसनी, अत्त्याचारी नवर्‍याला सोडुन आपल्या मुलीसोबत वेगळी राहु लागली.

* * *

सुर्याची किरणे वेदच्या चेहऱ्यावर पडली तशी त्याला जाग आली. परिवर्तणाच्या प्रक्रियेत केव्हा शुद्ध हरपली हे त्यालाच कळलं नाही.

रात्रीपेक्षा उगवतीचं दृष्य वेगळं होतं. विश्व लहरी अदृष्य झाल्या होत्या. वावटळ थांबलं होतं. आकाश शुभ्र निरभ्र झालं होतं. वेद देवांशी समोर जाऊन उभा राहिला. ती तिच्या मुख्य अवस्थेत आली होती. तिचे डोळे मिटलेले होते. सुर्याची किरणं चेहऱ्यावर पडल्यामुळे तिचा चेहरा आणखीच तेजस्वी दिसत होता. किती तरी वेळ वेद तिला तसाच न्याहाळत उभा होता. तिच्या हातातील पाषाणाकडं त्याच लक्ष जाताच तो अदृष्य झाला. पण यावेळी त्याला कुठला प्रश्न पडला नाही, ना आश्चर्य वाटलं. त्याला आलेल्या दिव्य अनुभूतीने त्याच्या मनात कुठल्या शंकांना, प्रश्नांना जागाच ठेवली नव्हती.

देवांशीकडे पाहत तो विचार करतच असतो कि देवांशी अलगद डोळे उघडते. दोघांची ही नजर एकमेकांशी भिडते. तो काही बोलणार इतक्यात देवांशी खाली कोसळते.

वेद तिला सावरण्यासाठी पुढे जातो पण इतक्यात त्याच्या लक्षात येत की आणखी कोणीतरी मागुन देवांशीला पकडलं आहे. तो समोर पाहतो तर दुसऱ्या बाजुला त्याला सत्त्या दिसतो. दोघेही एकमेकांकडे पाहतात.

सत्त्या देवांशीला त्याच्या कुशीत घेतो. तिच्या चेहऱ्यावरुन मायेने हात फिरवतो.

देवांशी दिर्घ श्वास घेते आणि थरथरत्या स्वरात पण स्मित करत उद्गारते, “मला माहित होतं, तुम्ही मला खाली कोसळु देणार नाही.”

“हो आणि म्हणुनच अशी अग्नीदिव्य करायला तु नेहमी पुढे असतेस.”

“वारसा आहे तो माझा, निभावला ही पाहिजे आणि जपला ही पाहिजे.” असं म्हणुन ती बेशुद्ध होते.

सत्त्या तिच्या मस्तकाच चुंबन घेतो आणि तिला घट्ट मिठी मारतो.

वेद आश्चर्याने त्या दोघांकडे पाहतच राहतो.

* * *

"देवांशी सत्त्याची मुलगी आहे?" आश्चर्याने वेद उद्गारतो. "पण हे कसं शक्य आहे? आदी विश्वात नातेसंबंध मानले जात नाहित असं ऐकलयं मी.."

देवगिरीवरुन परतल्या परतल्या वेद बेलाला गाठतो. मोकळ्या झालेल्या त्याच्या डोक्यात पुन्हा शंकांनी आणि खूप साऱ्या प्रश्नांनी घर केलं आणि त्यातला सगळ्यात महत्वाचा प्रश्न म्हणजे देवांशी आणि सत्त्या यांच्यातील नातं. जे देवांशी मुख्यालयात दाखल झाल्या पासुन सत्त्याच्या वर्तनातुन त्याला जाणवत होतं. अखेर त्याने बेलाला विचारलं आणि बेलाच्या उत्तराने त्याला धक्का बसला.

"देवांशीचा पहिला जन्म सत्त्याच्या पोटी झाला होता. रक्ताने जोडलेली नाती विस्मृतीत जातात आणि कालांतराने नष्ट ही होतात हा निसर्गाचा नियम आहे, पण काही नाती आत्म्यानी जोडली जातात, ज्याना कसलेच नियम लागु पडत नाहीत, ती अजरामर असतात. सत्त्याचं आणि देवांशीचं नातं रक्तापेक्षा ही आत्म्याने जोडलं गेलं आहे. आणि हे इथे असलेल्या सगळ्याना ठाऊक आहे." बेला त्याच्या शंकेच निरसन करते.

वेद तिला आणखी काही विचारणार इतक्यात सत्त्याने सर्वांना तात्काळ सभागृहात हजर होण्यास सांगितलेची बातमी त्यांच्यापर्यंत पोहचते आणि ते सभागृहाच्या दिशेने निघतात.

* * *

सगळ्या अधिकाऱ्यांच्या कामगिरीचं कौतुक करण्यासाठी सत्त्याने बैठक आयोजित केली होती. फक्त संस्थेतीलच नाही तर भौतिक विश्वातील अधिकारीदेखिल दुरसंचार यंत्रणेद्वारे बैठकीमध्ये सामिल झाले होते. व्यासपिठावर येऊन सत्त्या बोलु लागतो,

"आज इथे समक्ष आणि दुरसंचाराच्या माध्यमातुन उपस्थित असलेले सर्व अधिकारी" तो सभागृहभर नजर फिरवतो आणि पुढे बोलु लागतो,

"आपल्याला ब्रम्हरक्षक म्हटल जातं; ब्रम्हांडाचं रक्षण करणारे, निसर्गा रक्षण करणारे 'ब्रम्हरक्षक'. म्हणायला शब्द फार सुटसुटीत आणि सोपा

आहे पण पेलायला... पेलायला त्याच्या कित्येक पट अवघड आहे. या नावासोबत खुप सारं काम तर वाट्याला येतच पण त्या सोबत खुप साऱ्या जबाबदाऱ्या, खुप सारे त्याग आणि खुप सारा संयम ही येतो आणि म्हणुनच सोपं नसतं 'ब्रम्हरक्षक' होणं. पण तरी तुम्ही झालात ब्रम्हरक्षक, आणि मला सांगायला खुप अभिमान वाटतो की आज तुम्ही सिद्ध करुन दाखवलं की तुम्ही खरे 'ब्रम्हरक्षक' आहात आणि फक्त मलाच नाही तर संपुर्ण विधीला तुमचा अभिमान आहे."

सगळे उत्साहाने टाळ्या वाजवु लागतात, ओरडु लागतात, शिट्ट्या वाजवु लागतात. सत्त्या त्याचं बोलणं पुन्हा सुरु करतो,

"आयुष्याच्या एका वळणावर मनुष्यासमोर २ मार्ग असतात, एक मोहाचा आणि दुसरा त्यागाचा. पृथ्वीवरच्या मोहक आयुष्याची निवड न करता तुम्ही त्यागाचा मार्ग निवडून इथे विधीमध्ये सामील झालात; हा मार्ग अवघड आहे, पण हा प्रवास समाधानाचा आहे. जे समाधान आज मला तुम्हा सर्वांच्या चेहऱ्यावर दिसत आहे. हे समाधान आत्मिक आहे आणि या आत्मिक सुखापुढे भौतिक सुख नगण्य आहे. मागच्या काही महिन्यांपासुन जे संकट आपल्या डोक्यावर घिरट्या मारत होत ते संकट जर शमल नस्त तर मोठा अनर्थ झाला असता, तो अनर्थ टाळण्यासाठी तुम्ही जे शर्थीने प्रयत्न करत होता, त्या प्रयत्नाना आज यश मिळाल आहे यासाठी तुम्हा सगळ्यांचं अभिनंदन. तुम्ही आहात म्हणुन मी आहे, ही संस्था आहे, हे विश्व आहे आणि आपल्या पड्याल असलेल ते विश्व आहे. भविष्यात संकट येणार नाही याची शाश्वती मी देऊ शकत नाही, पण असच स्वत:ला झोकुन कशाचीही पर्वा न करता तुमच कर्म करत रहा; विजय आपला होता आहे आणि सदैव राहिल."

सर्व जण टाळ्या वाजवतात..

"माझ बोलणं अझुन झालं नाहिये. इतके दिवस तुम्ही अविरत झटत होता, थकला असाल. बऱ्याच जणाना सुट्टी देखील हवी असेल; जी त्यांना मिळणार नाही. पण असं नाही की तुमच्या कार्याला मी दुर्लक्षित करणार आहे, तुम्हाला वाटतो तितका मी दुष्ट नाही. म्हणुनच आपला हा विजय साजरा करण्यासाठी, तुमचा ताण थोडा हलका करण्यासाठी उद्याचा दिवस

मी विजय दिवस म्हणुन घोषित करत आहे. आणि प्रथेप्रमाणे विजय दिवसाच्या सोहळ्यासाठी तुम्हा सगळ्यांना अमंत्रित करत आहे.."

सत्त्याच्या घोषणेने सगळे उत्साहित होतात आणि टाळ्यांच्या कडकडाटात त्या घोषणेच स्वागत करतात.

* * *

हॉस्पिटलच्या खोलीबाहेर ती राघवची वाट पाहत होती. राधिकाच्या खोलीमध्ये लगबग सुरु असल्याच तिच्या लक्षात आल. तिने डोकावुन पाहिल. राधिकाला शुद्ध आली होती. अझुन ती जरा ग्लानीतच होती, पण ती कोमातुन बाहेर आल्यामुळे तिला आनंद झाला. ती राघवला शोधु लागली. तो आजु बाजुला न दिसल्याने तिने त्याला नकाशावर शोधण्याचा प्रयत्न केला. नकाशावर त्याच ठिकाण दिसुन आल. तिने घड्याळाच डायल फिरवल.

हॉस्पिटल मधुन नाहिशी होऊन ती एका तलावाच्या किनार्‍यावर पोहचली होती. किनार्‍यावर वाळुमध्ये राघव बेशुद्ध पडला होता. ती त्याच्या जवळ धावत गेली. त्याच्या शेजारी जाऊन बसली. त्याच्या डोक्यावर हात फिरवुन तिने त्याला हाक मारली.

हळु हळु राघवने डोळे उघडले. तो उठुन बसला.

"ती बरी आहे." ती उद्‌गारली.

"कोण बरी आहे?" राघवने विचारल.

तिच्या लक्षात आल की राघव ने राधिकाला परत पाठवुन त्याच्याकडे असलेल्या तिच्या सर्व स्मृती नष्ट केलेल्या आहेत.

"कोणी नाही." तिने तो विषय टाळण्याचा प्रयत्न केला.

"आपण काय करत आहोत इथे."

"सराव. आपला भ्रमंतीचा सराव चालु होता. तुमचा मार्ग भरकटला आणि आपण इथे आलो."

"मला का आठवत नाही."

"विस्मृती. विस्मृती झाली असेल तुम्हाला. येईल काही वेळात. सरावामध्ये होत अस कधी कधी." राघव पुढे काही विचारणार तोच ती पुन्हा बोलु लागली." चला जाऊया परत. उशीर झाला आहे."

राघवने आणखी प्रश्न विचारु नये म्हणुन ती त्याच्या पुढे घाई घाईत चालु लागली.

* * *

१२

विजयोत्सव

"एखाद्या गंभिर आपत्तीवर मात केल्यानंतर त्याचं यश साजरं करण्यासाठी आणि सर्व कर्मचाऱ्यांचं कौतुक करण्यासाठी विजयोत्सव साजरा केला जातो. विधीमध्ये कित्येक वर्षांपासून चालत आलेली ती एक परंपराच आहे. त्या दिवशी संस्थेचं मुख्यालय सजवलं जातं. फुलांची आरास चढविली जाते. केवळ त्याच दिवशी काळा- पांढरा रंग सोडुन इतर रंगामध्ये इमारत पहायला मिळते. आणि केवळ ईमारतच नाही तर कर्मचाऱ्यानाही त्या दिवशी औपचारिक गणवेशापासुन सुट मिळते, हवा तो पेहराव करुन कार्यक्रमाला उपस्थित राहण्याची त्याना मुभा असते. मुख्यालयाच्या तळ मजल्यावर सगळे एकत्र जमतात. मेजवानी ची पंगत बसते, संगीत, नृत्याचा कार्यक्रम होतो, आपत्तीत चांगली कामगिरी केलेल्या अधिकारी-कर्मचारी यांचा गौरव केला जातो." वेद उत्साहाने नरेनला विजयदिनाची माहिती सांगत असतो.

"थोडक्यात आजचा दिवस आपला स्वातंत्र्य दिवस आहे."

"तुला गौरव दिवस म्हणायचय का?"

"अन्ह.. मला स्वातंत्र्य दिवसच म्हणायच आहे." नरेन बोलतो, "तु जसं वर्णन केलं आहे त्यावरुन मला स्वातंत्र्य दिवसच म्हणायचं आहे. एक दिवस पिंजऱ्यातुन बाहेर पडुन मोकळा श्वास घेण्याची स्वत:ला हवं तसं वागण्याची संधी सगळ्यांना मिळते."

नरेनचं काहीतरी बिनसलं आहे ही वेदला जाणवतं, म्हणून तो त्याची समजूत काढण्याचा प्रयत्न करतो.

"पिंजरा? खरंच तुला असं वाटत असेल तर तुझ्या माहितीसाठी सांगतो हा पिंजरा तु स्वत: निवडला आहेस."

"कारण माझ्याकडे दुसरा पर्याय नव्हता. दुसर्‍या जन्माची वाट पाहुन थकलो होतो मी, वाटलं इथे आल्यावर तरी शांती मिळेल पण नाही उलट इथल्या बंधनानी आणखीच जीव घुसमटायला लागलाय माझा."

"ज्याला तु बंधन समजत आहेस त्याला शिस्त म्हणतात. मला माहित आहे तुला पृथ्वीवर जायचं आहे, ते जग अनुभवायचं आहे; पण प्रत्येक गोष्टीची वेळ ठरलेली असते."

"वेळच तर निघुन चाल्लीये वेद. आपण काय करत आहोत इथे, सांग ना? सकाळी उठा, दिवसभर अभ्यास करा, सराव करा, प्रात्यक्षिक करा, परत या, झोपा. पुन्हा सकाळी उठा आणि पुन्हा तोच दिनक्रम चालु ठेवा. कशासाठी? दुसर्‍यांच्या हितासाठी? त्यातुन आपल्याला काय मिळणार? एक काल्पनिक पुण्य? कधी कधी वाटत ते परमात्म्याच्या नावाखाली हे लोकच आपल्यावर नियंत्रण ठेवत आहेत, आपला वापर करुन घेत आहेत त्यांच्या स्वार्थासाठी आणि आपण त्यांच्या तालावर नाचत आहोत. एखाद्या यंत्राप्रमाणे आयुष्य जगत आहोत. ना कोणत्या भावना व्यक्त करु शकत, ना पृथ्वी वासियांसारख स्वत:च्या इच्छेप्रमाणे आयुष्य जगु शकत."

"हे असं विचित्रासारख का बोलत आहेस तु आज? संयम ठेव मित्रा आणि त्याहीपेक्षा विश्वास ठेव, या संस्थेवर आणि इथल्या लोकांवर. आपलं नशिब आहे की आपल्याला संस्थेचा भाग होता आलं. सृष्टीच्या रक्षणासाठी जीवाची बाजी लावणार्‍या सैन्यामध्ये सामील होता आलं. तु तुझ्या पुढच्या जन्माची वेळ आली नाही म्हणुन निराश आहेस, पण इथे असे कितीतरी लोक आहेत ज्यांनी आपल्या कित्येक जन्मांचा, भौतिक सुखांचा त्याग केला आहे केवळ या संस्थेत काम करता यावं म्हणुन; ना त्यांना कोणत दु:ख आहे, ना पश्चाताप आणि ना त्यांना कोणत काल्पनिक किंवा वास्तविक पुण्य त्यांच्या खात्यावर जमा करायचं आहे. त्यांच्या डोळ्यात मला दिसते ती कृतज्ञता, समाधान आणि राष्ट्रप्रेम.."

"हम्म.. वेळेला ठरवु दे काय वास्तव आहे ते; माझी भिती की तुझा आंधळा विश्वास.."

"भितीपेक्षा विश्वास केव्हाही अनुकुल आहे; आंधळा असला तरी ही. कमीत कमी तो आपल्यात आशेचा किरण तरी प्रज्वलित ठेवतो.." तो पुढे बोलतो, "तयार हो आपल्याला समारंभाला जायच आहे, आधिच उशीर झाला आहे."

* * *

मुख्यालयाला आज एक वेगळ रुप आलं होतं. कार्यालयाचं रुपांतर समारोहात झालं होतं. औपचारिकतेची जागा उत्सवाने घेतली होती. फुलांचा सुगंध, दिव्यांचा झगमगाट यानी वातावरणाला एक नविनच शोभा आली होती.

सगळे अधिकारी, कर्मचारी थाटात इकडुन तिकडे फिरत होते, आनंदाने एकमेकांशी गप्पा मारत होते, आज त्याना कोणी आडवणार नव्हत, ना कोणते निर्बंध होते. त्यांचे पोषाख ही उठावदार होते. काही पुरुषांनी उत्सवाच्या कार्यक्रमाला शोभतील असे सुट्स घातले होते, तर काहीनी पारंपारिक पोषाख परिधान केला होता. स्त्रियांसाठी मात्र खुप सारे पर्याय होते अगदी केसांच्या पिन पासुन पायताना पर्यंत अशी एक ही स्त्री नव्हती जिच दुसऱ्या स्त्रीच्या पेहरावातील काही तरी जुळेल. कोणी उत्सवासाठी खास पद्धतीचे गाऊन परिधान केले होते, कोणी साड्या नेसल्या होत्या. साड्यांमध्येही खुप सारे प्रकार होते. कोणी पारंपारिक पद्धतीच्या साड्या नेसल्या होत्या, कोणी आधुनिक, तर कोणी दोन्हींच मिश्रण करुन एक नविन प्रकारचा पेहराव केला होता, त्या पेहरावाना साजेसे दागिने घातले होते, केसरचना केली होती. सगळे खुलुन तर दिसतच होते, पण आकर्षक ही वाटत होते.

सत्त्या आला तशी सभागृहात शांतता पसरली.

"मला इथे पाहुन बऱ्याच जणांना त्यांच्या आनंदावर विरझन पडल्यासारख वाटत असेल. वाटत असेल की हा कोणती नविन कामगिरी

तर नाही ना सांगणार. दुर्भाग्यवश तुमची भिती खरी आहे. मी आज आणखी एक कामगिरी घेऊन आलो आहे."

उत्साहाने भरलेलं वातावरण अचानक गंभीर झालं, हळु आवाजात कुजबुज सुरु झाली. राघव समोर येऊन काही विचारणार इतक्यात सत्त्याने त्याला हाताने इशारा करुन थांबवलं आणि तो पुढे बोलु लागला.

"तुमची सगळी कामे जशी तुम्ही निष्ठेने करता, हे काम ही तितक्याच निष्ठेने करायचं आहे आणि त्यासाठी तुमच्याकडे केवळ आजचीच मुदत आहे. या कामात मला तुमचा १००% सहभाग आवश्यक आहे."

सभागृहात एकच शांतता पसरली. सत्त्याने दुरवर नजर फिरवली. सगळे गंभिरपणे त्याच बोलण ऐकत होते.

"तुमची कामगिरी ही आहे की आज इथ उपस्थित असलेल्या संस्थेच्या प्रत्येक सदस्याला या दिमाखदार सोहळ्यात सहभागी व्हायच आहे आणि हा सोहळा इतिहासातील सर्वात दिमाखदार सोहळा बनवायचा आहे." असं म्हणुन तो गालातल्या गालात हसला. तसा सगळ्यानी सुटकेचा निश्वास सोडला आणि त्याच्यासोबत सर्वजण हसु लागले.

"ज्या प्रमाणे मी प्रत्येक कामगिरी व्यवस्थित पार पडत आहे कि नाही, प्रत्येक जण त्यांच काम चोख करत आहे की नाही याची खात्री करत असतो, त्याचप्रमाणे आजही मी प्रत्येक जण या सोहळ्यात सहभागी होत आहे की नाही याची खात्री करणार आहे.

हा सोहळा तुम्हाला सोपविण्यापुर्वी तुमची हरकत नसेल तर मला थोड बोलायच आहे."

सगळ्यानी आनंदाने दुजोरा दिला.

"धन्यवाद. संस्थेत काम करणार्‍या प्रत्येक सदस्याचा मग तो इथे असो किंवा पृथ्वीवर; मला सार्थ अभिमान आहे. तुमची निष्ठा, तुमच समर्पण याच्या बळावर आत्तापर्यंत आपल्यावर ओढविलेल्या प्रत्येक संकटाला आपण सामोर जाऊ शकलो आणि विजयी होऊन बाहे पडु शकलो यात कसलीच शंका नाही. पण या निष्ठपेक्षा, समर्पणापेक्षा आणखी एक महत्वाची गोष्ट आहे जी आपल्या सगळ्यांची ताकद आहे आणि ती

म्हणजे आपली एकी. या एकीला जपा आणि हाच वारसा तुमच्या पुढच्या पीढीला सोपवा. उद्या मी असेल नसेल पण आपल्यातील एकी आबाधित राहिली पाहिजे." बोलता बोलता सत्त्याला गहिवरुन आल पण त्याने स्वतःला सावरल, "शेवटच इतकच सांगेल, "आपण रक्षक आहोत, या सृष्टीचे; मानवजातीचे. लढण्याशिवाय आपल्याला पर्याय नाही आणि हरण आपल्याला परवडणार नाही. आज विजयाचा दिवस आहे, आज विजय साजरा करा. आणि उद्या सज्ज व्हा, पुन्हा लढायला..."

सगळे जोराने ओरडुन, टाळ्या वाजवुन सत्याच्या भाषणाला प्रतीसाद देतात. सत्या वादकांना आणि गायकांना खुनावतो. संस्थेच विजयगीत सुरु होत तसे सगळे विजय स्तंभाच्या दिशेने तोंड करून उभे राहतात. विजयस्तंभाला आपली कृतज्ञता व्यक्त करतात.

विजयगीत संपल्यावर मुख्य सोहळ्याला सुरुवात झाली. आधी समुह गीते झाली, त्यात काहीनी सहभाग घेतला. त्यानंतर वादकांची जुगलबंदी झाली, त्याचा सर्वानी मनसोक्त अस्वाद घेतला. सार वातावरण संगीतमय झाल होत. क्षेत्राच्या एका प्रख्यात गायकाला बोलावण्यात आल होत, त्याच्या सुरेल आवाजाने सारे मंत्रमुग्ध झाले. एकीकडे जेवनाच्या पंगती लागल्या होत्या, बरेच जण त्यावर ताव मारत आपला आनंद साजरा करत होते.

अखेर सुरु झाला सर्वांच्या आवडीचा कार्यक्रम, तो म्हणजे नृत्याचा कार्यक्रम. सभागृहाच्या मध्यावर नर्तकांचा एक समुह येऊन उभा राहिला. स्त्री- पुरुषांची १० ते १२ जोडपी एकमेकांकडे तोंडकरुन उभी होती. ढोल, नगारे, तुतार्‍यांच्या तालावर त्यांच पारंपारिक लोकनृत्य सुरु झाल. एकमेकांचा हात धरुन ते गोलाकार फिरु लागले. नंतर जोड्या करुन एकमेकांसोबत नाचु लागले. आजुबाजुचे लोक टाळ्या वाजवुन त्यांच्या नृत्याला प्रतिसाद देत होते. एक एक करत काही जोड्या काही संघ त्या नृत्याचा भाग होऊ लागले. पाहता पाहता सार सभागृह नाचु लागल. एका कोपर्‍यात बसुन देवांशी कार्यक्रमाचा आनंद घेत होती. वेदने तिला त्याच्यासोबत नृत्याच आमंत्रण दिल पण तिने नम्रपणे नकार दिला. तिच्यात अझुनही अशक्तपणा होता हे त्याला जाणवल. हलकस स्मित

करुन तो परत गेला आणि त्याच्या मित्रांसोबत नाचु लागला. सत्त्या देवांशीजवळ येऊन बसला.

“बर नसेल वाटत तर आराम करायचा होता.” तो बोलला.

“मला हा क्षण चुकवायचा नव्हता.” ती उद्गारली, “त्यांचे चेहरे पाहिले? किती आनंदी आहेत सगळे.”

“ज्याच कारण तु आहेस.” सत्या बोलतो, “मला समजत नाहीये की सस्थेचा या क्षेत्राचा पालक या नात्याने मी तुझे आभार मानायला हवेत, की तुझा बाप म्हणुन तुझी काळजी वाटायला हवी?”

“आभार परक्यांचे मानतात. बाप म्हणुन हक्काने आदेश द्या. मला आनंदच होईल.”

दोघांचे डोळे पाणावतात.

“तु नाराज तर नाहिस ना माझ्यावर? मी नेहमी माझ्या कर्तव्याला तुझ्या आधी ठेवतो आणि जेव्हा गरज असेल तेव्हा तुला मृत्युच्या तोंडाशी द्यायला ही मागे पुढे पाहत नाही.”

“नाही बाबा. मी तुमच्यावर नाराज कधीच होऊ शकत नाही. उलट मी स्वत:ला नशिबवान समजते की मी तुमच्या पोटी जन्म घेतला आणि या एका गोष्टीसाठी मी एकदा नाही हजारदा मृत्युच्या तोंडाशी जायला तयार आहे.” त्याच्या डोळ्यातील अश्रु पुसत ती बोलते, “आणि कारण माहिती आहे का का ते?”

“का?”

“कारण मला माहित आहे तुम्ही मला काही होऊ देणार नाही. मी मुत्युच्या तोंडी जरी उभी असेल तरी माझ रक्षा कवच बनुन माझ्या आणि मृत्युच्या मध्ये तुम्ही उभे रहाल.”

दोघेही हसु लागतात, इतक्यात समर तेथे येतो.

“इथे आहात तुम्ही. मी सगळीकडे शोधल. चला सत्या सगळे तुमची वाट पाहत आहेत.”

“नाही समर, तु कार्यक्रमाचा आनंद घे. मी इथेच ठिक आहे.”

“नाही नाही. आमच्या क्षेत्र प्रमुखांचे खास आदेश आहेत सगळ्यानी कार्यक्रमात सहभागी व्हायचय. त्यांचा आदेश डावलण म्हणजे साक्षात मुत्युला आमंत्रण. तुम्हाला यायलाच हवय.”

“शाब्बास. माझा आदेश मलाच ऐकवतोस.” हलकस स्मित करत तो उद्गारतो, “खरच समर तु जा. मला माझ्या राजकन्येसोबत थोडा वेळ घालवायचा आहे.”

सत्या जे कारण देतो त्याने समर निरुत्तरित होतो पण तो आशेने देवांशीकडे पाहतो.

“पण राजकन्येला जर नृत्य करायच असेल” ती उठुन उभी राहते, “तिच्या वडिलांबरोबर तर?”

ती तिचा हात पुढे करते.

“राजकन्येची इच्छा राजासाठी सर्वस्व.” समर उद्गारतो आणि सत्याकडे पाहतो.

“समर तु आणि तुझी नाटकं ...” सत्या हसु लागतो.

देवांशी आणि सत्या नृत्याच्या कार्यक्रमात सहभागी होतात. खुप दिवसांनी त्याना एकमेकांसोबत वेळ मिळाला होता आणि त्याचा आनंद त्यांच्या चेहऱ्यावर दिसुन येत होता.

* * *

सोहळा संपण्याच्या मार्गावर होता. बऱ्यापैकी लोक घरी निघुन गेले होते. काही मित्रांचे घोळके होते जे ठिकठिकाणी पसरलेले होते, जे त्यांच्या त्यांच्या गप्पामध्ये, मस्तीमध्ये रमले होते. सगळ्याना पाहत पाहत देवांशी सभागृहात फेरी मारत होती. अचानक तिच्या डोक्यात कळ मारते आणि तिला घेरी येते, ती खाली कोसळणार इतक्यात वेद येऊन तिला सावरतो. तो तिला खुर्चीवर बसवतो.

“अझुनही बर नाही वाटत आहे का?”

“हम्म...”

"तुला आरामाची गरज आहे."

"हो जातच होते मी.." ती जागची उठते.

"मी येऊ का सोडायला?"

"नको जाईल मी. विचारल्याबद्दल धन्यवाद." स्वतःला सावरत देवांशी तेथुन जाऊ लागते. वेद तिच्याकडे पाहत राहतो.

"वातावरण बदलु लागलय." त्याचा मित्र त्याच्या बाजुला येऊन उभा राहतो.

"अचानक वातावरणात थंडावा जाणवु लागला आहे आणि ते बघ तिकडे.." तो समोर बोट दाखवतो..

"गुलाबी रंग."

"कुठे?"

"तुझ्या गालावर."

"तु पण ना.." वेद लाजत खाली मान घालुन उद्गारतो.

"जास्तपण लाजु नकोस. हे गुलाबी झालेले गाल लाल व्हायला वेळ लागणार नाही, जेव्हा सत्याला कळेल की तु त्याच्या मुलीच्या मागे लागला आहे." अस म्हणुन तो तेथुन धुम ठोकतो.

वेद ही त्याच्या मागोमाग त्याला पकडण्यासाठी धावतो.

* * *

चालत चालत देवांशी तळघरात पोहचते. ती तिथे कशी आली तिला कळेना. तिची पावलच जणु तिला घेऊन जात होती. तळघरात स्वर्णच कारागृह होत. देवांशी कारागृहात प्रवेश करते. समोर तिला पहारेकरी दिसतात. पहारेकरी तिला पाहुन नम्रपणे मान झुकवतात, तीदेखील मान झुकवुन प्रतिसाद देते आणि पुढे चालु लागते. तिला एका दिशेने अस्पष्ट असा आवाज ऐकु येतो, त्या आवाजाचा मागोवा घेत ती चालु लागते. ती एका कोठडीजवळ येऊन थांबते, अत्यंत नकारात्मक, भयावह आणि दुषित ऊर्जा त्या कोठडीभोवती तिला जाणवु लागते.

हळु हळु एक एक पाऊल टाकत ती पुढे जात होती. एका कैद्याचा आवाज तिला अस्पष्ट ऐकु येत होता, तो मध्येच मोठमोठ्याने हसत होता, मग काहीतरी बोलत होता, पुन्हा हसत होता आणि पुन्हा बोलत होता. देवांशी त्याच्या खोलीजवळ पोहचली. तिने आत डोकावुन पाहिल. आत भल मोठ अग्नीकुंड ठेवण्यात आल होत. त्याच्याकडे तोंड करून तो बसला होता. त्याची पाठ तिला दिसत होती.

अचानक त्याने मागे वळुन देवांशीकडे पाहिल तशी देवांशी दचकली. तिच्या दैवी शक्तीन्मुळे तिला जाणवत की कयासमध्ये विषाणु पेरणारा, असंख्य निष्पापांच्या जीवाशी खेळणारा राक्षस तिच्या समोर उभा आहे. तो चालत तिच्या जवळ येऊ लागला. त्याच्या पायाना साखळ दंड बांधले होते. तो जस जसा पुढे चालत होता, तस तसा ते खण खण आवाज करत होते.

"तिच्या तलवारीने कधी कोणाचा जीव घेतला नाही, त्याच्या वाराने कधी कोणाचा जीव वाचला नाही.

दोन टोकांची दोन ध्रुवं, परंतु तरी त्या दोघांत होतं एक साम्य,

तिने एक ही युद्ध हरलं नाही आणि पराजय त्याने कधी स्विकारला नाही."

तो तिच्या समोर येऊन उभा राहिला. इतके दिवस आग ओकणारे त्याचे डोळे पाणावले, हात थरथरु लागले.

"कविता कशी वाटली सम्राज्ञी?" हात जोडुन तो तिच्यासमोर तसाच उभा राहिला.

क्षणभर तिला काहिच उमगेना, जगभराला मृत्युच्या तोंडाशी नेऊन ठेवणारा नराधम आणि तिच्या समोर भावनाविवष झालेला मनुष्य या दोन भिन्न व्यक्ती असाव्यात असा तिचा संभ्रम झाला.

"कोण आहेस तु?" तिने विचारलं.

"मी तुमचा सेवक सम्राज्ञी, ज्वाला." तो उद्गारला, "माफ करा तुम्हाला वाट पहायला लागली. पण आम्ही योग्य वेळेची वाट पाहत होतो."

"पण मी नाही ओळखत तुला.."

"ओळखता, फक्त विस्मरण झालं आहे तुम्हाला.. पण आता आपण भेटलो आहोत, हळु हळु सगळं आठवेल तुम्हाला."

ती रागाने उद्गारते, "मला त्याची गरज वाटत नाही. सांग निरपराध लोकांचा जीव का घेत होतास?"

"जीव घेत नव्हतो, त्याना मुक्त करत होतो, भाग्याच्या दुर्भाग्याच्या बंधनातुन... त्यांच आयुष्य ते ठरवणार कस जगायच ते, पण ही संस्था आणि या संस्थेचे चेले त्याना सुखाने जगु देत नव्हते.. संस्थेच्या पिंजऱ्यातुन आम्हाला त्याना मुक्त करायचय. त्यांच आयुष्य कस जगायच ते ते ठरविणार. ना कोणती विधी ना कोणता विधाता..." त्याचे डोळे पुन्हा लालबुंद झाले.

विझलेल्या मशालीनी अचानक पेट घेतला. तशी ती दचकली.

सत्त्या, राघव, समर आणि काही पहारेकरी धावत तेथे आले. एका पहारेकऱ्याने देवांशी कारागृहात आल्याची बातमी सत्त्यापर्यंत पोहचविली होती.

"तु इथे काय करत आहेस?" सत्त्या रागात उद्गारला.

"मी घरी जात होते, माहित नाही इथे कशी आले." ती त्याला सांगण्याचा प्रयत्न करते, पण तो तिच बोलण अर्ध्यातच थांबवतो.

"तु जा इथुन. तुझी तब्येत बरी नाहिये."

"पण मी फक्त..."

"देवांशी.. हा माझा आदेश समज." देवांशी काही बोलणार तोच सत्त्या मोठ्याने ओरडला. देवांशी दचकली आणि काहीही न बोलता मागे वळुन चालु लागली तसा ज्वाला तिच्या पायांवर येऊन पडला..

"सुर्य सम्राज्ञी... पुन्हा केव्हा येणार मला भेटायला? काळ लोटला तुमच दर्शन झालेल.." तो तिचे हात धरतो, आणि हळु आवाजात उद्गारतो, "तुम्हाला पाहिल आणि माझ्या राजाला, माझ्या देवाला पाहिल्यासारख वाटल..." पहारेकरी त्याला तिच्या पासुन दुर करतात.

सत्त्या देवांशीला खुणावतो, देवांशी स्वत:ला सावरते आणि तेथुन जाऊ लागते.

“सम्राज्ञी, कविता अर्धीच ऐकली तुम्ही.पुर्ण ऐकायची असेल तर पुन्हा या..” तो मोठ्याने ओरडु लागतो.

ती घाई घाईत बाहेर पडते. आतल्या घटनेमुळे तिला अस्वस्थ वाटु लागत. बाहेर येउन मोकळ्या हवेत ती स्थिरावते. अचानक तिच्या काहीतरी लक्षात येत. ती आपला हात पुढे करते. तिला तळहातावर काहीतरी जाणवत. हळुहळु काही तरी गोलाकार दिसु लागत. एक कड तिच्या तळहातावर अवतरत. ती त्या कड्याला निरखुन पाहते. त्या कड्यावर एक चिन्ह कोरलेल तिला दिसलं. ते चिन्ह होत सुर्याचं. ज्वाला नक्की आहे कोण आणि त्याने आपल्याला हे कड का दिलं, आपल्याला सम्राज्ञी का म्हटलं असे अनेक प्रश्न तिच्या डोक्यात भिरभिरु लागले.

* * *

“देवांशीशी काय बोलत होतास? काय सांगितलस तिला?” चिडुन सत्त्याने त्याची गचंडी धरली, “आमच्या प्रश्नांना उत्तर द्यायला तुझी जीभ वळत नाही आणि तिला कविता ऐकवतोस. बोल काय सांगितलस तिला.”

“सत्य या अग्नीप्रमाणे असत. तुम्ही कितीही प्रयत्न केले तरी त्याला लपवु शकत नाही.” ज्वाला धुर्तपणे हसत उद्‌गारतो आणि समोर ठेवलेल्या जलकुंडाकडे पाहतो. पाण्याने भरलेला जलकुंड अचानक पेट घेतो.

तिथे उभ्या असलेले सर्वच जण थक्क होऊन पाहत राहतात.

“लपवु शकत नाही पण विझवु शकतो.” पेटलेल्या आगीवर सत्त्या त्याच्या दैवीशक्तींचा वापर करून पाणी ओततो. “अग्नीमुळे जर विनाश ओढावणार असेल तर त्या अग्नीला असच विझविण्यात येईल.”

समर आणि राघव आश्चर्याने पाहतात. राघवने पहिल्यांदाच सत्त्याला दैवी शक्तींचा वापर करताना पाहीलं आणि तो थक्क झाला.

"या आगीला विझवु शकला; सुर्याच काय? त्याला विझविण्याच सामर्थ्य आहे का तुमच्यात? सुर्यास्त झाला म्हणजे सुर्य संपला अस होत नाही सत्त्या... वेळ आलिये; सुर्योदयाला तयार रहा."

त्याच बोलण ऐकुण सत्त्याच्या पाया खालची जमिन हदरते. त्याचा तोल जाणार इतक्यात तो स्वत:ला सावरतो. त्याचे उडालेले भाव पाहुन ज्वाला मोठ मोठ्याने हसु लागतो हसता हसता सत्त्याच्या कानाजवळ जाऊन हळुच कुजबुजतो, "तो परत येत आहे सत्त्या. तयार रहा." मग तो मोठ्याने बोलु लागतो,

"कर्माचा एक सिद्धांत आहे जो तुम्हाला नक्कीच माहित असेल. कर्म केल की त्याच फळ मिळतच. तुम्ही कर्म केल त्याच फळ तुम्हाला भेटणार. भुतकाळ तुमचा होता सत्त्या, भविष्यकाळ आमचा आहे. सत्य तुम्ही लपवु शकत नाही, विनाश तुम्ही टाळु शकत नाही आणि ही सुरवात आहे विनाशाची."

तो पुन्हा मोठमोठयाने हसु लागतो. सत्त्याचा चेहरा घामाने चिंब होतो. राघव, समर प्रश्नार्थक नजरेने त्याच्याकडे पाहु लागतात.

सत्त्या तेथुन बाहेर पडतो.

राघव आणि समर त्याच्या मागे धावत जातात.

"थांब सत्त्या.." राघव मोठ्याने ओरडतो. सत्त्या जागीच थांबतो.

"काय झालय सत्त्या? कोण आहे हा?" राघव काळजीने विचारतो.

"संकट टळल नाही राघव... ही केवळ एक चेतावणी होती..." भेदरलेल्या अवस्थेत सत्या उत्तरतो.

सत्त्याला पहिल्यांदा त्यानी एवढ भयभीत पाहिलं होतं.

* * *

आश्रमाच्या तळ्यात सत्त्या पोहत असतो. त्या तळ्याचं एक वैशिष्ट्य होतं. सगळे तणाव, सगळ्या वेदना, सगळा थकवा त्याच्या पाण्यात विरघळून जातो. मनातलं, विचारामधलं प्रदुषण त्याच्या प्रवाहात गेलं की स्वच्छ

होऊन जातं. मन शांत होतं आणि अंधुक झालेला मार्ग मोकळा होतो. सत्त्यादेखील त्याच्यावर आलेलं दडपण हलक करण्यासाठी तळ्यात उतरला होता. समर आणि राघव किनाऱ्यावर त्याची वाट पाहत बराच वेळ उभे होते. अधल्या रात्री घडलेल्या प्रकाराने त्यांच्या मनात खुप साऱ्या शंका, खुप सारे प्रश्न निर्माण केले होते ज्याची उत्तरे केवळ सत्त्याकडेच होती.

सत्त्या पोहुन बाहेर आल्यावर त्याला ते दोघे समोर उभे असलेले दिसले, त्यालादेखील कल्पना होतीच ते दोघे असे सहजा सहजी या प्रकरणाला दुर्लक्षित करणार नाही याची.

“सत्त्या आम्हाला बोलायच आहे तुझ्यासोबत.” राघव बोलतो.

“तुम्हाला विधीचे संस्थापक कोण होते माहित आहे का?” सत्त्या विचारतो.

“विषय बदलु नकोस सत्त्या आधी आमच्या प्रश्नांची उत्तर दे, काल घडलेला प्रकार काय होता? हा ज्वाला कोण आहे? तो अंताबद्दल काय बोलत होता?” राघव वैतागुन बोलतो. समर त्याला शांत करण्याचा प्रयत्न करतो.

“अंताबद्दल जाणुन घेण्याआधी, आरंभ काय आहे ते तर जाणुन घ्या.” सत्त्या गंभीरपणे बोलतो.

“आचार्य आदिथ.” समर उत्तरतो, “विधीचे संस्थापक आर्य आदिथ आणि त्यांची ५ मुले.”

“६ मुले..” सत्त्या बोलतो.

“सत्त्या चुकतो आहेस तु. आचार्य आदिथ याना ५ मुले होती. सृष्टीच्या पाच महातत्वाचा अंश होते ते पाचही.” समर आश्चर्याने उद्गारतो.

“हे खर आहे की आचार्यांची मुले महातत्वांचा अंश होती, पण आचार्यांची ‘६ मुले’ सृष्टीच्या ‘६ महातत्वांचा’ अंश होती.

“६ महातत्वे?” राघव आणि समर दोघेही आश्चर्याने उद्गारतात.

“हो सहा महातत्वे. इतिहासात काही पाने अशीही आहेत जी कोरी आहेत, मुद्दाम कोरी ठेवण्यात आली आहेत. ज्यांच्यात भुतकाळातील

काळी रहस्य दडलेली आहेत. ज्याच्यामुळे भुत, भविष्य, वर्तमान धोक्यात येऊ शकतं. आचार्यांचा सहावा मुलगा, सहाव्या महातत्वाचा अंश अशाच रहस्यांपैकी एक आहे ज्याच्या मुळे २००० वर्षांपुर्वी विनाश ओढावला होता आणि ज्याच्यामुळे आपल्या दुर्दैवाने कदाचित भविष्यात विनाश ओढवु शकतो." सत्त्या भुतकाळातल्या आठवणीमध्ये अडकुन बसतो, त्याला शहारुन येत.

समर आणि राघव त्याच्याकडे प्रश्नार्थक नजरेने पाहु लागतात.

अचानक सत्त्याला काहीतरी आठवत, "मला जायला हवय. उशीर होण्याआधी मला जायाला हवय." अस म्हणुन तो तेथुन निघु लागतो, पण अचानक तो थांबतो मागे वळुन समर आणि राघवकडे पाहतो.

"राघव, समर तुमचा विश्वास आहे ना माझ्यावर?" सत्त्या आगतिकपणे विचारतो.

"स्वत:पेक्षा ही जास्त सत्त्या.. आणि म्हणुनच म्हणतोय आम्हाला सांग तुला नक्की काय सतावतय. कोणती भिती सतावतीये." राघव सत्त्याला विनवणी करु लागतो.

"मला थोडा वेळ हवा आहे. मला जे जानवतय ते खर आहे याची खात्री करुन घ्यायची आहे मला. तो पर्यंत मला काही विचारु नका. योग्य वेळ आली की मी सांगेन तुम्हाला सगळ. तो पर्यंत तुमचा विश्वास टिकवुन ठेवा."

सत्त्याच्या बोलण्याने समर आणि राघव एकमेकांकडे पाहतात.

"तुला हवा तेवढा वेळ घे सत्त्या, आम्ही आहोत तुझ्यासोबत." समर त्याला धीर देतो.

निश्चिंत होऊन सत्त्या तेथुन निघुन जातो.

एका झाडाच्या मागे उभा राहुन वेद त्यांचं बोलणं ऐकत होता. आधी त्याला देवांशी आणि सत्याबद्दल जाणून घ्यायचं होतं, त्यात आता भर पडली होती आदिथ आणि त्याच्या ६ मुलांची. त्यांच्याबद्दल सांगणार कोण हा प्रश्न त्याला पडला. त्याला पडलेल्या प्रश्नांची उत्तरे कदाचीत त्याला ग्रंथालयात मिळु शकतील असं त्याला वाटलं आणि त्याने थेट ग्रंथालय गाठलं.

१३

सहावं महातत्व

वेद ग्रंथालयातील इतिहासाच्या भागात बऱ्याच वेळापासून काही पुस्तके चाळत होता. इतक्यात एक पुस्तक त्याच लक्ष्य वेधून घेतं. वेद ते पुस्तक हातात घेतो.. पुस्तकावर शिर्षक होतं; "आदिथ... विधीचा जन्मदाता". ते पुस्तक पाहुन त्याला आनंद झाला.

वेदने ते पुस्तक वाचायला सुरुवात केली.

"विधीच्या स्थापनेपुर्वी विचार मंथनातुन सृष्टीच संतुलन राखणाऱ्या, घटनाचक्र, मानवी विचार यांवर नियंत्रण ठेवणाऱ्या तपस्वींपैकी एक तपस्वी होते आचार्य आदिथ. ते एक महान आणि बुद्धिमान तपस्वी होतेच पण सोबतच अत्यंत जिज्ञासुदेखील होते. सृष्टीच्या निर्मिती पासुन ते तिच्या जडण-घडणापर्यंत प्रत्येक गोष्टीला जाणुन घेण्याच्या एका अतुट जिज्ञासेने त्यांना घेरलं होतं. त्याच्याच अभ्यासासाठी आणि संशोधनासाठी त्यांनी स्वत:ला झोकुण दिलं होतं आणि त्याच संशोधनातुन निसर्गाला आणि निसर्गाच्या अदृश्य शक्तींना, रहस्यांना उलगडणारी काही तंत्रे त्यानी शोधुन काढली होती.

आदिथ आणि त्याचे सहकारी तपस्वी आपआपल्या प्रदेशात विचारप्रवाहातुन मानवी जीवन संतुलित ठेवत होतेच. परंतु त्यानी ध्यान साधनेतुन सृष्टीची रहस्ये आणखी जवळुन पाहण्याचा त्यांचा मार्ग सोडला नव्हता. त्यांनी त्यांची भ्रमंती सुरुच ठेवली होती.

अशाच ध्यान भ्रमंती दरम्यान एक दिवस आदिथचा आंतरआत्मा त्यांच्या शरिरातुन संपुर्णपणे बाहेर पडला. आणि त्याने कधी विचारही केला नसेल ते घडलं. त्यांनी एका नविन जगात प्रवेश केला होता. ते

जग त्यांच्यासाठी नविन होतं पण तरी आदिथला ते ओळखीच वाटत होतं, तिथले लोक ओळखीचे वाटत होते. ते लोक पुढे जंगलाच्या दिशेने चालत होते. तो त्यांच्या मागे मागे चालु लागला. गर्द काळोखाच्या रात्री घनदाट अरण्यात ते चालत होते. आकाशातल्या चांदण्यांचा अंधुक प्रकाश त्यांना वाट दिसण्यासाठी पुरेसा होता; बाकी सारा अंधारच होता. अंधारात ती माणसे त्याला स्पष्ट दिसत नव्हती म्हणुन तो त्यांच्या सावल्याचा पाठलाग करु लागला, पण काही वेळाने त्या सावल्या अंधारात लुप्त होऊ लागल्या. तो मात्र न थांबता चालत राहीला. काही अंतर पार केल्यावर अचानक समोर काहीतरी चमकत असल्याच त्याला दिसल. जसजसा तो जवळ जात होते तस तसा त्याचा प्रकाश आणखी प्रखर होऊ लागला.

अखेर तो त्या ठिकाणी पोहचला. एका मोठ्या तलावाच्याभोवती रातकिड्यांप्रमाणे चमकणारी वेगवेगळ्या रंगांची असंख्य पाखरे अगदी आभाळापर्यंत गोलाकार भिरभिरत होती. कापसासारखी हलकी मऊशार अशी ती पाखर अधुनमधुन त्यांचा आकार, त्यांचा रंग बदलत होती. कधी फुलाप्रमाणे बहरत होती, तर कधी फुलपाखरा प्रमाणे भिरभिरत होती, मध्येच छोट्या छोट्या कणांमध्ये विभागली जात होती आणि मग पुन्हा मुळ आकार धारण करत होती, कधी दोन - तीन पाखरे एकत्र येऊन एक नविन पाखरु जन्म घेत होतं, तर कधी एका पाखराचं अनेक पाखरामध्ये विभाजन होत होतं. त्यांचा सौम्य प्रकाश आदिथच्या डोळ्याना अल्हाददायक वाटत होताच, पण त्यांच्याभोवती त्यांना एक सकारात्मक ऊर्जा जाणवत होती.

समोरच ते अलौकिक दृष्य पाहुन आदिथ भारावुन गेले.

“अद्भुत!” त्यांच्या तोंडुन शब्द फुटले.

आदिथ ते मनमोहक दृष्य डोळ्यांत टिपुन घेतच होते की काही पाखरं त्यांच्याजवळ आली. त्यांच्या भोवती घिरट्या घालुन तलावाच्या दिशेने जाउ लागली. ते देखील त्यांच्या मागोमाग तलावात उतरले. तलावातलं दृष्य तर त्याही पेक्षा मोहक होतं. आकाशात भिरभिरणारी, चमचमणारी पाखरं पाण्यातही मुक्त स्वार करत होती, चमकत होती. रंगीबेरंगी आकर्षक जलपर्णींनी, जलपुष्पांनी आदिथना भुरळ घातली. पोहता पोहता

ते तलावाच्या दुसऱ्या बाजुला आले. समोर नजरेच्या टप्प्यातही बसणार नाही इतक्या लांब पर्यंत मोकळ मैदान होत. पहाट होण्याची चिन्ह दिसु लागली. उगवतीच्या सुर्याच्या किरणामुळे दुरवर असलेल्या डोंगर रांगांना चढलेल्या सोनेरी किनारी मुळे तरी सीमेचा अंदाज येत होता. नाही तर कुठेच काही दिसत नव्हतं.

अचानक एक प्रखर प्रकाश त्याच्या डोळ्यांवर पडला, त्याने डोळे घट्ट बंद केले. प्रकाशाच्या झळामुळे त्यांच संपुर्ण अंग सलत होत. हळु हळु प्रकाश सौम्य झाला. त्याने डोळे उघडले. प्रकाश अचानक डोळ्यांवर आल्यामुळे डोळे उघडल्यावर सुरुवातीला अंधुक अंधुक दिसत होत. समोरुन दुर अंतरावरुन कोणीतरी चालत येत असल्याच त्यांना जाणवलं. त्याचा चेहरा स्पष्ट दिसत नव्हता. ती व्यक्ती त्यांच्या समोर आली. हळु हळु दृष्य स्पष्ट होऊ लागली आणि ती व्यक्ती दिसु लागली.

“हे कसं शक्य आहे?” आश्चर्यचकित होऊन ते उद्‌गारले कारण समोर जी व्यक्ती अवतरली होती ती व्यक्ती हुबेहुब त्याच्याचसारखी दिसत होती, तोच पेहराव, तिच देहयष्टी, तेच डोळे, तोच चेहरा.

“कोण आहात तुम्ही?” त्याने विचारलं.

“मी कोण आहे हे योग्य वेळ आली की कळेल, पण तूर्तास तुझ्यासाठी मी तुझा मार्गदर्शक आहे.”

“मार्गदर्शक?” आदिथना प्रश्न पडतो.

“हो मार्गदर्शक.. आत्ता या घडीला तु कोठे आला आहेस आणि कोठे चालला आहेस ते ठाऊक आहे का तुला?”

“नाही. तेच तर शोधण्याचा प्रयत्न करत आहे.”

“तु मृत्युच्या पड्याल आला आहेस आदिथ.”

त्या व्यक्तीच्या वाक्याने आदिथच्या पायाखालची जमिन सरकली.

“म्हणजे मी देहत्याग केला आहे का? परमेश्वरा हे का घडलं? मला आणखी जगायच होतं, खुप काही जाणुन घ्यायच होतं, आता सगळं संपलं, इतक्या वर्षांची माझी मेहनत निरर्थक ठरली.” आदिथ हताशपणे उद्‌गारले,

“आता माझ्या लक्षात आलं, ती माणसं; ज्यांचा मी पाठलाग करत होतो त्यांचा ही मृत्यु झाला आहे ना? म्हणुनच मला ती ओळखीची वाटत होती.”

“थांब आदिथ, तुझ्या तर्कज्ञानाला इथेच पुर्ण विराम दे. तुझ्या आत्म्याने देहत्याग केला आहे पण तो तात्पुरता. तु पृथ्वीलोकात अझुनही जिवंत आहेस.”

“मी देहत्यागही केला आहे आणि मी जिवंत ही आहे हे कसं शक्य आहे?”

“तु ते शक्य करुन दाखवल आहेस. तुझी मेहनत निरर्थक नाही ठरली आदिथ. उलट तुझ्या तपस्येने तुला एक नवी सिद्धी प्राप्त करुन दिली आहे.”

“नविन सिद्धी?”

“होय. तु समांतर विश्वात पोहचला आहेस. इतके दिवस तु लोकांच्या जन्मापासुन मृत्यु पर्यंतच्या प्रवासाला पाहिलस, इथुन पुढे तु त्यांच्या मृत्यु पासुन जन्मापर्यंतच्या प्रवासाचा साक्षीदार असशील, पृथ्वीलोकात राहुन.”

“तुम्ही खरच बोलत आहात महाराज?” त्याने अविश्वासाने विचारलं खर पण त्याच्या डोळ्यात जणु जग जिंकल्याचा आनंद झळकत होता.

“तु खात्री करुन घेऊ शकतोस.”

“नाही नाही; क्षमा असावी महाराज जर नकळतपणे माझ्याकडुन तुमचा अपमान झाला असेल. पण जे तुम्ही आत्ता सांगितल आहे ते माझ्या बाबतीत घडेल इतकी माझी पात्रता नाही अस मला वाटत.”

“कोणत्याही पात्रतेच्या बंधनातुन तु आज मुक्त झाला आहेस आदिथ कारण आज तु श्रेष्ठ झाला आहेस आणि त्या परमशक्तीला तिचे नियम बदलायला तु भाग पाडलं आहेस.”

“त्याच महाशक्तीचा मी अनुचर आहे.” आदिथ नम्रपणे उद्गारतो.

“आदिथ तु केवळ या समांतर विश्वातच नाही तर सृष्टीच्या एका महान रहस्यात प्रवेश केला आहे. आता याचा पुढचा प्रवास आणखी कठिण व आणखी जबाबदारीचा असेल.

मी इथे तुला तु इथे का आला आहेस ते सांगायला आणि इथुन पुढचा मार्ग निवडायला मदत करायला आलो आहे..."दिर्घ श्वास घेऊन ते पुन्हा बोलु लागतात, "मनुष्याला सामान्यपासुन श्रेष्ठ बनायचं असतं आणि श्रेष्ठ नंतर सर्वश्रेष्ठ. त्याच्या सामान्य पासुन श्रेष्ठ होण्याच्या प्रवासात केवळ एकच मार्ग असतो आणि तो म्हणजे संघर्षाचा. पहिल्या टप्प्याच्या प्रवासात मनुष्य सामान्य असतो त्याच्या सामर्थ्याची, गुणधर्मांची ओळख त्याला त्या संघर्षाचा प्रवासातच होते. पण दुसऱ्या टप्प्याच्या प्रवासात त्याला त्याच्या सामर्थ्याची जाणिव झालेली असते आणि तिथे जन्म होतो अहंकाराचा. गुणधर्मांसोबतच काही गुणदोषही त्याच्यात अवतरतात. त्याचा अहंकार आणि त्याचे गुणदोष पुढच्या टप्प्यातील दुसरा मार्ग खुला करतात. आणि तो मार्ग म्हणजे अधर्माचा मार्ग. पहिला मार्ग त्या विधात्याला; त्या महाशक्तीला सर्वस्व मानुन स्वत:ला त्याच्या स्वाधिन करून चालत रहाण्याचा आहे, तर दुसरा मार्ग स्वत:ला सर्वस्व मानुन चालत राहण्याचा आहे. दोन्ही मार्गांच्या अंती तुम्ही तुमच्या ध्येयापर्यंत निश्चित पोहचाल कारण निवड करण्याच स्वातंत्र्य त्या विधात्यानेच तुम्हाला बहाल केलं आहे परंतु या प्रवासात तुम्ही तुमच्याकडुन त्या विधात्याला काय बहाल करता ते जास्त महत्वाचं आहे. धर्माचा मार्ग निवडला तर निसर्गाशी बांधिल रहाल आणि अधर्माचा मार्ग निवडला तर वेळोवेळी निसर्गाला चेतावनी द्याल. एका मार्गात सत्कर्म पेरुन ठेवाल दुसऱ्या मार्गात दुष्कर्म आणि अखेरिस जे पेराल तेच उगवेल."

"मला तुम्हाला काय म्हणायच आहे हे लक्षात आल आहे. पण हे सगळ मला सांगण्याचा उद्देश काय?"

"कारण लवकरच तु तुझा पहिला टप्पा पुर्ण करुन. दुसऱ्या टप्प्याची सुरुवात करणार आहेस. एका विश्वाचा तु संततीप्रमाणे सांभाळ केलास, आता दुसऱ्या विश्वाला घडविण्यासाठी त्या महाशक्तीने तुझी निवड केली आहे."

"खरच! अस जर असेल तर माझा जन्म सत्कारणी लागला माझे कर्म सत्कारणी लागले."

"निश्चितच. मागच्या प्रवासात तु काही चांगले कर्म केले आहेस अदिथ आणि म्हणुनच तु धर्माचा मार्ग निवडुन सृष्टीच्या कल्याणासाठी,

रक्षणासाठी आणि संतुलनासाठी प्रयत्न करावेत अस विधात्याला वाटत म्हणुन मी इथे आलो आहे; तुझा मार्गदर्शक बनुन."

"तुम्हाला विधात्याने पाठवल आहे!" आदिथ हात जोडुन त्यांच्या समोर उभा राहतो, "आज मी धन्य झालो."

"आशा आहे तुला तुझ्या प्रश्नांची उत्तरे मिळाली असतील."

"हो मिळाली. आणि नाहीच जर मिळाली तर तुम्ही आहातच की मार्ग दाखवायला."

"मार्ग दाखवायला मी आहे, पण निवड तुझ्या हातात आहे."

"आणि मी धर्माची निवड केली आहे." क्षणाचाही विलंब न करता आदिथ उद्गारतो.

"झालं तर मग, आता निरोप घेण्यास हरकत नाही." अस म्हणुन तो स्मित हास्य करतो आणि मागे वळुन चालु लागतो.

"माझा एक प्रश्न अनुत्तरितच राहिला." आदिथ मोठ्याने ओरडतो तसा तो मागे वळुन पाहतो.

"कोण आहात तुम्ही? अगदी माझ्याच सारखे दिसता, माझ्याचसारखे बोलता."

"भेटेल या ही प्रश्नाच उत्तर भेटेल; पण योग्य वेळ आल्यावर." अस म्हणुन धुक्यात ती व्यक्ती अदृश्य झाली..

आदिथ परतीच्या वाटेने निघाला. जस जसा तो चालत होता तस तसा त्यांच्या मागुन सुर्य डोकं वर काढत होता.

ज्या ठिकाणी त्यानी पाखरांचं तळं पाहिलं होतं ते तळं परतीच्या वेळी रिकामं झालं होतं. भिरभिरणारी पाखरं गायब झाली होती.

आदिथ त्या ठिकाणी थांबला. त्याने दोन्ही बाजूंना नजर फिरवली. एका बाजुला हिरव्या गार झाडांच्या रांगा होत्या, हवेने फांद्या हलत होत्या, त्या हलणार्‍या फांद्याचा आकाशात उडणार्‍या पक्षांचा आवाज त्याला स्पष्ट ऐकु येत होता. तलावाच्या बाजुला असलेल्या झर्‍याचा ही खळखळाट त्याच्या कानावर पडत होता. पण अर्ध्या झर्‍याचा. अर्धा झरा जो दुसर्‍या बाजुला

होता तो शांत होता. संपुर्ण दुसरी बाजु शांत होती. ना पक्षांचा किलबिलाट, ना झाडाझुडपांचा सळसळाट. त्या भागात असिम शांतता होती पण त्या भागात जास्त ऊर्जा होती, जास्त चैतन्य होत. आपण दोन विश्वांच्या मध्यान्हात उभे आहोत हे त्याला जाणवलं. डोळे बंद करुन त्याने दिर्घ श्वास घेतला.

हळु हळु ध्यानातुन आदिथ पुन्हा वास्त्वात परतला.

* * *

दोन्ही जगामधील आदिथचा प्रवास सुरु राहिला. त्या घटनेनंतर एक नविन हुरुप एक नविन चेतना त्याच्यात संचारली होती. विचार भ्रमंतीनंतर आत्मभ्रमंतीमुळे परमार्थप्राप्तीच्या मार्गाला एक नविन वळण मिळालं परंतु त्याचसोबत त्यांच्या प्रवासाला गतीही प्राप्त झाली.

दिवस सरले, वर्षे सरली, आदिथचे नविन विश्वातील विविध गोष्टींच संशोधन सुरुच होत. तो दोन्ही जगामधील साम्य, भेद त्यांचा एकमेकांवर होणारा परिणाम याचा अभ्यास करु लागला. भौतिक विश्वातल्या उणिवा समांतर विश्वात पुर्ण होत होत्या आणि समांतर विश्वातल्या भौतिक विश्वात, ही दोन विश्व एकमेकाना समांतर तर होतीच पण सोबतच ती एकमेकाना पुरक ही होती. दोन्ही विश्वात भरटकलेल्या आत्म्याना तो वाट दाखवू लागला.

त्याला आणखी पुढे जायचं होतं. पण पुढचा प्रवास सोपा नव्हता. त्या प्रवासात त्याला साथीदाराची गरज भासु लागली. त्याने त्याच्या सहकाऱ्याना आत्मभ्रमंतीचं तंत्र शिकविण्याचा प्रयत्न केला पण कदाचित तेवढी योग्यता, तेवढी क्षमता त्याना अद्‌याप प्राप्त झाली नव्हती, ज्यामुळे ते तंत्र आत्मसात करण्यात त्यांना अपयश येत होत.

त्याला त्याच्या प्रवासात साथीदार हवे होते, तसेच उलगडलेल्या रहस्यांचा, त्याने प्राप्त केलेल्या सिद्धीचा वारसा त्यांच्या पश्चात पुढे नेण्यासाठी वारसदार ही हवे होते. त्याच्या सहकाऱ्यानी यावर एकच मार्ग असल्याच सांगितल. त्यानी त्याला लग्न करण्याचा सल्ला दिला. त्यामुळे त्याला आयुष्याचा जोडीदार मिळणार होता. आणि नंतर जन्म घेणाऱ्या संततीमधुन त्याला त्याचे वारसही मिळणार होते.

आदिथ त्यावर विचार करतच होता अशात त्याची भेट नियती शी झाली. त्यांचे विचार जुळले, मने जुळली आणि आदिथला तिच्यात त्याची साथीदार भेटली. ते विवाह बंधणात अडकले. लग्नानंतर काही वर्षामध्येच त्यांचा संसार फुलला.

अग्नी, वायु, अंबर, गती या ४ पुत्र आणि अवनी आणि अहिल्या या २ कन्या रत्नानी त्यांच्या घरात जन्म घेतला. सहाही भावंडे एकमेकांपेक्षा भिन्न होती. प्रत्येकांत इतरांपेक्षा एक गुण असा होता जो सर्वोत्तम होता. सर्वात थोरला अग्नी. अग्नीप्रमाणे तापट पण तितकाच जबाबदार होता. त्याच्या पेक्षा धाकट्या दोन जुळ्या कन्या अवनी आणि अहिल्या. अवनीमध्ये स्थैर्य होतं, अहिल्या चंचल होती. वायु अमाप उर्जेचा धनी होता तर अंबर सर्वांमध्ये अधिक बुद्धिमान आणि चतुर होता. पण या पाचपेक्षा वेगळा होता आदिथचा सर्वात धाकटा मुलगा गती. त्याचे विचार, त्याचा स्वभाव, त्याचा दृष्टिकोन सगळ्यांपेक्षा वेगळा होता. इतर पाच भावंडापेक्षा गती अधिक निर्भीड, जिद्दी आणि सरस होता. त्याला प्रवाहासोबत नाही तर प्रवाहाच्या विरुद्ध चालायला अवडायचं.

बालपणापासुनच आदिथने त्यांच्या सहाही मुलाना शास्त्र आणि संशोधनाचे धडे द्यायला सुरुवात केली. आजपर्यंत शोधुन काढलेली सर्व तंत्रे त्याने आपल्या मुलांना शिकविली. त्याच्या सहकार्यांना आत्मभ्रमंतीत अपयश मिळालं, परंतु त्याच्या मुलांना बालपणातच ते अवगत झाल.

त्याच दरम्यान पृथ्वीवर विधीच्या निर्मितीची कल्पना आदिथला सुचली. दोन विश्वामधील समन्वय, सृष्टीचं संतुलन आणि मानवी जीवनातील स्थैर्य या तीन प्रमुख उद्देशांच्या पुर्ततेसाठी विधीची निर्मिती करण्याच त्याने ठरवल आणि त्या दृष्टीने त्याच काम सुरु झालं.

* * *

एक दिवस ते सातही जण एकत्र आत्मभ्रमंतीस गेले होते. ६ भावंड परतली पण बराच काळ लोटला आदिथ भानावर येत नव्हता. त्यानी तपासुन पाहिल आणि त्याना धक्का बसला. आदिथने देह त्याग केला होता आणि यावेळी कायमचा. त्याचा मृत्यु झाला होता, त्या धक्क्याने नियतीनेही

आपले प्राण त्यागले. त्यांच्या घरावर दुखाचा डोंगर कोसळला होता. त्या सहाही जणांना हे दुःख स्विकारणं जड जात होतं. त्यांनी आदि विश्वातुन त्यांच्या आई - वडिलांना परत आणण्याचा निर्णय घेतला. त्यासाठी वाट्टेल त्या परिणामांना सामोरं जाण्याची त्यांनी तयारी दाखविली.

त्यानी आदि विश्वात प्रवेश केला. ते त्या दोघानाही शोधु लागले. त्यानी जंग जंग पछाडल पण त्याना दोघेही कुठेच दिसले नाहित. हताश होऊन ते एका ठिकाणी बसले. समोरुन एक आकृती त्यांच्या दिशेने चालत येत असलेली त्याना दिसली. ती व्यक्ती जवळ आल्यावर ते सहाही जण त्यांना बिलगले.

"बाबा.." हुंदगे देत त्या सहा ही जणानी त्यांचे पाय धरले.

"मी तुमचा बाबा नाही. उठा, असे रडू नका." ती व्यक्ती उद्गारली.

"असं म्हणू नका बाबा. तुमच्या अनुपस्थितीने गेले अनेक दिवस प्रत्येक क्षण आम्ही मरण यातना भोगत आहोत. तुमचे हे शब्द त्या यातनेत भर घालत आहेत." अहिल्या उद्गारते.

"हेच वास्तव आहे. मी तुमचा बाबा नाही."

सहाही जण आश्चर्याने त्यांच्याकडे पाहु लागतात.

"मग कोण आहात तुम्ही?" गती विचारतो.

"तुमचा मार्गदर्शक. गेले अनेक दिवस तुम्ही तुमच्या मार्गावरुन भटकला आहात. तुम्हाला तुमच्या मार्गावर घेऊन जाण्यासाठी मी इथे आलो आहे."

"आम्ही आमचा मार्ग भटकलो नाही, आम्ही आमच्या आई - बाबाना न्यायला आलो आहोत." अंबर बोलतो.

"ते इथे नाहित."

"तुम्हाला माहित आहे म्हणजे ते कुठे आहेत ते." अवनी आशेने विचारते.

"होय."

"मग कृपाकरुन आम्हाला सांगा ते कुठे आहेत." अग्नी उद्गारतो.

"ते भौतिक विश्वातच आहेत."

"त्यांचा मृत्यु झाला आहे. ते तिथे कसे असतील?" गती आश्चर्याने विचारतो.

"त्यांच्या पार्थिवावर अंत्यविधी अद्याप झालेले नाहित. त्यामुळे त्याना या विश्वात प्रवेश मिळण अशक्य आहे आणि हेच सांगण्यासाठी मी इथे आलो आहे. त्यांच्या मुक्तीमध्ये अडथळा निर्माण करु नका."

"आम्हाला आमचे आई-बाबा परत हवे आहेत." गती हट्टाला पेटतो, "आम्ही त्यांना आमच्यापासुन दुर जाऊ देणार नाही."

"विधीलिखिताला कोणी टाळू शकत नाही." ती व्यक्ती शांतपणे त्यांना समजावण्याचा प्रयत्न करते. पण कोणीच ऐकण्याच्या मन:स्थितीत नव्हत.

"आम्हाला त्याची पर्वा नाही. चला इथे थांबण्यात काही अर्थ नाही. आधीच खुप वेळ वाया गेला आहे आपला." सर्वात धाकटा गती तेथुन जाऊ लागतो त्याच्या मागे मागे बाकीचे पाच ही जाऊ लागतात.

"माझं न ऐकता निघुन जाल तर त्यांना पुन्हा कधीच भेटु शकणार नाही तुम्ही." तो मोठ्याने ओरडतो, तशी सर्वांची पाऊले थांबतात. सगळे मागे वळुन पाहतात.

"तुमच्याकडे दोन मार्ग आहेत. एका मार्गावर तुमचे पिता आदिथ आयुष्यभर चालत आले आहेत आणि दुसरा मार्ग ज्यावर तुम्ही आत्ता चालत आहात. निवड तुमची आहे तुम्ही ठरवा काय करायच आहे ते."

"सांगा आम्ही ऐकतो." अग्नी शांतपणे उद्गारतो.

"तुमच्या बाबांच्या; आदिथच्या इतक्या वर्षांच्या तपश्चर्येचा वारसा तुम्हाला पुढे न्यायचा आहे आणि तो वारसा धर्माच्या मार्गाने पुढे जावा अशीच आदिथची ईच्छा होती. जन्म - मृत्यु अटळ आहे आणि याच जन्म मृत्युच्या चक्रातील मनुष्याचा प्रवास सुखाचा व्हावा ही देखील आदिथचीच ईच्छा होती आणि म्हणुन तर तो विधीच्या निर्मितीसाठी प्रयत्न करत होता. विधीमुळे मनुष्याच्या आयुष्यातील अडचणी कमी होतील अथवा त्या अडचणीना तो खंबीरपणे सामोर जाईल यासाठी एका नविन तंत्रज्ञानाचा शोध त्याने घेतला होता. आदि विश्व आणि भौतिक विश्वाला जोडणारा दुवा

होता आदिथ. त्या विधात्याची आशा होता. पण नियतीपुढे निसर्गही हतबल आहे. त्याला हा जन्म सोडावा लागला, तुम्हाला सोडाव लागल.

तुम्ही आदिथला परत आणण्यासाठी तुमची सर्व शक्ती पणाला लावाल, पण त्यासाठी तुम्हाला सर्वात आधी साक्षात त्या परमशक्तीला सामोर जाव लागेल. किती अधर्म करावे लागतील किती दुष्कर्म करावे लागतील याची कल्पनाही नाही तुम्हाला आणि यातुन निष्पन्न काय होईल काहीच नाही. जर आणलच त्याला परत तर ते आयुष्य जगायला त्याला तरी आवडेल का?"

ते सगळे शांतपणे त्याच बोलण ऐकत होते.

"तुमच्याकडे दोन मार्ग आहेत. पहिला मार्ग आहे स्वार्थाचा. जे स्वप्न तुमच्या जन्मदात्याने, तुमच्या गुरुने तुमच्या सोबत पाहिलं होतं, त्या स्वप्नाला, त्याच्या इतक्या वर्षांच्या कष्टाला, त्यागाला, त्याच्या तपश्चर्येला तिलांजली देऊन तुमचे तुमचे मार्ग निवडुन त्यावर चालण्याचा आणि दुसरा मार्ग आदिथचा तोच वारसा पुढे नेऊन त्याच स्वप्न पुर्ण करत त्याला तुमच्या आत जिवंत ठेवण्याचा. आता तुम्ही ठरवा तुम्ही काय निवडायच ते."

त्या सहाही जणांना त्यांच्या निवडीचं स्वातंत्र्य देऊन तो तेथुन निघुन गेला. ते सहाही जण पुन्हा भौतिक विश्वात परतले. बऱ्याच विचारांअंती, वादविवाद मतभेदाअंती त्यांनी त्यांच्या आई - वडिलांचा अंत्यविधी करण्याचा निर्णय घेतला. त्या सहामध्ये गतीचा अंत्य विधीसाठी विरोध होता. त्याला आझूनही आशा होती की तो त्यांना परत आणु शकतो, पण थोरल्या भावंडांच्या पुढे त्याचं काही चाललं नाही. आपल्या जन्मदात्याना या जन्मगाठीतुन मुक्त करण्याचा निर्णय त्यांनी घेतला होता.

* * *

दोघांच्या पार्थिवाला अग्नी देण्यात आला. जळत्या पार्थिवांच्या बाजुला उभे राहुन ते सारे जण ढसाढसा रडत होते. ना कोणी कोणाच सांत्वन करत होतं, ना कोणाला समजावत होतं. प्रत्येक जण आपापल्या आठवणीमध्ये आपल्या माता-पित्यांचा शोध घेत होतं.

डोळे मिटुन गती ध्यानात गेला. हळु हळु आजुबाजुचा आवाज पुसट होत होता, अग्नीच्या झळा सौम्य होत होत्या. मिटलेल्या डोळ्यामधुनही जाणवणारा प्रकाश हळु हळु नष्ट होऊन काळोख दिसु लागला.

त्याने अलगद डोळे उघडले. आजुबाजुला कोणीच नव्हत. तो भौतिक विश्वात होता पण आत्म्यांच्या. त्याने इकडे तिकडे नजर फिरवली.

बाजुला काठावर त्याला नियती बसलेली दिसली. तो धावत तिच्याजवळ गेला. तिच्या बाजुला जाऊन बसला. त्याचे डोळे पाण्याने भरले होते, डोळे लाल झाले होते. चेहरा घामाने भिजला होता.

“माता, कुठे होतीस तु? मी किती शोधल तुला? आणि बाबा कुठे आहेत?” तो ईकडे तिकडे आशेने पाहु लागला की कुठे तरी त्याला त्याचे बाबा दिसतील.

“कोण आहेस तु?” ती उद्‌गारली, तसा तो भानावर आला.

“हह?” त्याने आश्चर्याने विचारल.

“कोण आहेस तु?” ती अनोळखी नजरेने त्याच्याकडे पाहत होती. तिच ते वाक्य सारख सारख त्याच्या डोक्यात घुमु लागल...

तो तिथेच कोसळला.. काही वेळाने त्याने स्वत:ला सावरल. डोळ्यात दाटलेल्या आसवाना आणि मनात दाटलेल्या भावनाना त्याने आवर घातला, “मी वाटाड्या, वाट भरकटलेल्याना त्यांची वाट दाखविण्याच माझ काम. मला वाटत तुम्हीही वाट भरकटला आहात. तुमची हरकत नसेल तर मी तुमची काही मदत करु का?” एक मोठा आवंढा गिळत तो उद्‌गारला.

“मला काहीच आठवत नाही, मी कोण आहे आणि मला कुठे जायचय ते. म्हणुन बर्‍याच वेळापासुन इथे बसलीये.”

“तुम्हाला नाही माहित, पण मला माहित आहे तुम्हाला कुठे जायचय ते. चला माझ्यासोबत.” अस म्हणुन त्याने आपला हात पुढे केला.

ती विचार करु लागली.

“चिंता नसावी माते, मी तुम्हाला फसवणार नाही. तुम्हाला तुमच्या हव्या त्या ठिकाणी पोहचवणच माझ काम आहे.”

नियतीला त्याच्या बोलण्यावर विश्वास ठेवण्याव्यतिरिक्त काही पर्याय नव्हता. त्याचा हाताचा आधार घेत ती उभी राहिली. दोघेही जंगलाच्या दिशेने चालु लागले. तलावा जवळ आल्यावर तो थांबला. समोर असंख्य पाखर तलावाभोवती फिरत होती. गतीला ते नविन नव्हत, त्याच्या जन्मापासुन गेली १६ वर्षे तो तेच पाहत होता. पण नियती मात्र समोरच दृष्य पाहुन भारावुन गेली.

"माता, पुढच्या चार पावलांवर तुमच गंतव्यस्थान आहे. ती पावल तुम्हाला एकट्याने चालायची आहेत."

नियतीच्या लक्षात आल की तिच्या या जन्माला आता पुर्णविराम मिळणार आहे. तिचे डोळे चमकले आणि ओठांवर हलकस हास्य खुलल, "

"गंतव्यस्थान नाही हा आरंभ आहे पुढच्या प्रवासाचा." अस म्हणुन ती पुढे तलावात उतरु लागली. त्या तलावाला दैवी रुप प्राप्त झालं होतं. त्याचा तळ स्वच्छ आणि शुभ्र दिसत होता. ती हळुहळु आत खोलवर पोहचली. गती वाट पाहत होता आपल्या आईने एकदा मागे वळुन आपल्याकडे पाहण्याची; पण तिने एकदा ही मागे वळुन त्याच्याकडे पाहिलं नाही.

नियती एक सामान्य स्त्री होती. एका सामान्य व्यक्तीप्रमाणेच तीच आयुष्य व्यतित होणार होत, हे जस सत्य होत, त्याचप्रमाणे आणखी एक सत्य होत की नियती एका असामान्य तपस्वीची अर्धांगी होती, सहा असामान्य मुलांची आई होती. तिच्या संपुर्ण आयुष्याच्या यात्रेतील या अध्यायाचा इतका सामान्य अंत व्हावा याची कल्पना करुन गतीचा जीव तीळ तीळ तुटत होता, पण निसर्गाच्या नियमापुढे तो हतबल होता. त्याच्या जन्मदात्या आईला तो शेवटचा निरोप देत होता, वाट पाहत होता तिने एकदा मागे वळाव, मायेन एक नजर त्याच्याकडे पहाव. अखेर शेवटच पाऊल टाकण्याआधी तिने मागे वळुन पाहिल.

"ए वाटाड्या, आभारी आहे मी तुझी. असच भरकटलेल्याना त्यांची वाट दाखवत रहा. माझ्या शुभेच्छा आणि आशिर्वाद तुला. "अस म्हणुन ती आपल पुढच पाऊल टाकायला फिरली. तिने आपल आत्मिक शरीर त्या प्रवाहाच्या स्वाधिन केल. काही क्षणांतच प्रवाहातुन एक पाखरु बाहेर आल आणि पाखरांच्या थव्यात मिसळल.

इतकावेळ आवरलेले अश्रु गतीच्या डोळ्यांतुन घळाघळा वाहु लागले. बराच वेळ तो तलावाच्या काठी बसुन राहिला.

* * *

जाग आली तेव्हा तो त्याच्या घरी होता. त्याची इतर पाच भावंड त्याच्या अवती भोवती बसली होती. बरेच दिवस कोणी कोणाशी बोलल नाही. आतल्या आत प्रत्येक जण एका भावनिक वादळाशी झगडत होत.

अचानक एक दिवस सकाळी उठुन पहतात तर गती त्याच्या जागेवर नव्हता. तो एक चिठ्ठी ठेऊन गेला होता. त्यात लिहलं होत.

“मला नाही माहित काय धर्म काय अधर्म? मला एकच माहित आहे बाबानी आयुष्यभर धर्माचा मार्ग अवलंबला, त्या विधात्याला सर्वस्व मानल आणि त्याने काय केल, त्याना आपल्यापासुन हिरावुन घेतल, त्यांच्या मृत्युच्या समयी त्यांच स्वतःच कुटुंब सोबत असुनही सोबत नव्हत, आई हिरावुन घेतली, तिची काय चुकी होती, आपली काय चुकी आहे की अशा वेदना आपल्या नशिबात लिहल्या गेल्या की त्यामुळे आपण जगु ही शकत नाही आणि मरु ही शकत नाही.

धर्माच्या मार्गाने यातना भोगाव्या लागल्या, इथुन पुढे माझा मार्ग अधर्माचा असेल की नाही माहित नाही पण धर्माचा नक्कीच नसेल. माझ्या विधि-लिखितात जर मातृ - पितृ शोक लिहला असेल, आपल सर्वस्व विधात्याला बहाल करुन बाबांच्या विधिलिखितात अकाली मृत्यु लिहला असेल, एका आईला आपल्या पोटच्या गोळ्याला ओळखता येत नसेल तर अशा विधी-लिखिताला मी मानत नाही, आणि ते लिहणाऱ्या त्या विधात्याला मी मानत नाही.. ज्या वेदनेतुन मी जात आहे एक दिवस या वेदनेच्या झळा साऱ्या सृष्टीला भोगाव्या लागतील आणि तेव्हा ठरवुयात कोण योग्य कोण अयोग्य, काय धर्म आणि काय अधर्म. तो पर्यंत मला माझ्या मार्गाने चालु द्या. मला शोधण्याचा प्रयत्न करु नका.”

त्याच्या म्हणण्याप्रमाणे त्याच्या भावंडानी त्याला शोधण्याचा प्रयत्न केला नाही. त्यांनी विधीच्या स्थापनेचं कार्य सुरु ठेवलं. ते करत

असतानाच दुसरीकडे त्यांची ध्यानसाधना त्यांची आत्मिक भ्रमंती सुरुच होती. आणि हे करत असताना एक दिवस त्यांच्यात काही दैवी शक्ती जागृत होत गेल्या. त्या दैवी शक्तींसाठी त्यानी केवळ शरिराचाच नाही तर आत्म्याचा मार्ग मोकळा करुन दिला. त्या ५ महाशक्ती म्हणजे ५ महातत्वे वायु, अग्नी, जल, पृथ्वी आणि नभ. या पाच महातत्वानी त्या ५ जणांची निवड त्यांचा पृथ्वीवरचा वारस म्हणुन केली होती, प्रत्येकात त्यांच्या जन्मापासुन या महातत्वाचा अंश होता जो त्यांच्या मोठेपणी जागृत झाला होता. त्यानी त्याना प्राप्त झालेल्या शक्तींचा उपयोग मानवी कल्याणासाठी करायचं ठरवल. विधीच्या निर्मितीत या शक्तींची पुढे त्यांना मदत झाली.

वेद पान पलटतो परंतु दुर्दैवान ते पुस्तकाच शेवटच पान होतं. तो अस्वस्थ झाला. कारण एक कोड सुटण्याच्या बेतात होतच तो दुसर कोडं डोक वर काढुन त्याच्यासमोर उभं राहिलं होतं. तो घाईघाईत आजुबाजुची इतर पुस्तकं चाळु लागला. पण त्याला हव असलेल पुस्तक कुठेच भेटलं नाही.

“हे अर्धवट आहे. हे पुर्ण नाही.” तो स्वत:शी बडबड करु लागतो, “त्यांना मृत्युनंतर नियती भेटली पण आदिथ भेटला नाही. का? गती. त्याच पुढे काय झालं? जर ही पाच भावंड पाच महातत्वांचे पहिले वारस असतील तर गती देखील महातत्वाचा वारस असेल का? सत्त्याने उल्लेख केला त्याप्रमाणे सहाव महातत्व असेल तर ते महातत्व कोणत? आणि देवांशी जर सत्त्याची मुलगी असेल तर ती यांची वारस कशी? हा गुंथा सुटणार कधी?”

* * *

“सुटेल लवकरच.” त्याचे स्वर कानावर पडताच देवांशीने मागे वळुन पाहिल.

समुद्र किनाऱ्यावर उभी राहुन ती लांब क्षितीजाकडे पाहत मनातल्या मनात कसला तरी विचार करत हातातील धाग्याला गाठी मारत होती. इतक्यात ओळखीचा आवाज कानी पडला आणि ती भानावर आली.

एक तेजस्वी पुरुष तिच्या समोर उभा होता. उंचपुरा, देखणा, हसमुख चेहऱ्याच्या त्या पुरुषाच्या उपस्थितीने जणूकाही सारं वातावरणच प्रफुल्लित झालं होतं. बंडी- धोतर आणि त्याला शोभेल असा डोक्यावरील फेटा या वेशभुषेने त्याच्या देखण्या रूपाला आणखी मोहक बनवलं होतं. त्याच्या एका बाहुवर एक आकर्षक मोरपंख गोंदवला होता.

“मी न सांगता, मी न बोलवता तुला नेहमीच कस कळत की मला तुझी गरज आहे ते?” तिने कुतुहलाने विचारलं

“सखा आहे मी तुझा, तु नाही सांगितल तरी कळत मला आणि कळल्यावर सगळ काही सोडून इथे तुला भेटायला यावं लागतं. तिच्या हातातील धागा तो स्वत:कडे घेतो, “यावेळी गाठी जरा जास्तच झाल्या आहेत अस नाही वाटत तुला?”

“कोडी सुटण्याऐवजी आणखीच गुंतु लागली आहेत, म्हणून इतक्या गाठी.”

“सुटेल. हा गुंथा ही सुटेल लवकरच.”

“लवकरच.” ती मिश्किलपणे हसते, “दोन हजार वर्षे हा गुंथा सोडविण्याचा प्रयत्न करत आहे. तुझ्या आणि माझ्या लवकरच्या व्याख्येत निश्चितच फरक आहे.”

“तस पाहिल तर हा गुंथा तुच निर्माण केला आहेस. स्मृती नष्ट करण्याचा निर्णय तुझा होता. त्याचेच काही दुष्परिणाम आहेत. ज्यानी हा गुंथा निर्माण केला आहे.”

“स्मृती नष्ट करण्याचा निर्णय स्मृती नष्ट करण्यापुर्वीचा होता आणि विनोदाची गोष्ट ही आहे की तो निर्णय मी का घेतला हेच मला आठवत नाही.” तिच्या खिशातुन कड बाहेर काढुन त्याकडे पाहत ती पुन्हा बोलु लागते, “भुतकाळ मला आठवत नाही आणि त्याच्या सावल्या पाठ सोडत नाहित.”

“अस तेव्हाच होत जेव्हा काही तरी अधुर मागे सुटलेल असत. जे अर्धवट आहे त्याला पुर्ण कर. सगळा गुंथा, सगळ्या गाठी आपोआप सुटतील.”

"त्यासाठी मला पुन्हा मागे जाव लागेल आणि मागे जाण्याचा मार्ग मी स्वत: नष्ट केला आहे. माझ्या स्मृती नष्ट करुन."

"स्मृती कधीच नष्ट होत नाहित देवांशी.एकतर त्यांच्यावर काळाचा मळभ आलेला असतो किंवा त्या उद्देशपूर्व झाकल्या जातात." तिच्या हातातील कड स्वत:कडे घेऊन तो त्याच्या भोवती गाठी मारलेला धागा गुंडाळतो, ते कड तिच्या हातात घालत तो बोलतो, "तुम्हाला हव तेव्हा त्यावरच आवरण काढुन तुम्ही त्यात डोकावु शकता."

"हे शक्य आहे?" ती अविश्वासाने बोलते.

"या जगात अशक्य अस काहीच नाहिये. तुमची इच्छाशक्ती ठरवते की 'तुमच्यासाठी' ते शक्य आहे की नाही."

"म्हणजे मला माझ्या स्मृती परत मिळु शकतात?" ती आशेने विचारते.

"म्हटल ना अशक्य अस काहीच नसत." तो हलकस स्मित करत तो बोलतो. त्याच्या चेहऱ्याप्रमाणेच त्याच हसणही मोहक आणि गोड होत.

"निरोप घेतो आता. आशा आहे पुढच्या भेटीत यातील काही गाठी सुटल्या असतील." अस म्हणुन तो मागे फिरतो. देवांशी त्याला हाक मारते. तो थांबतो पण मागे वळुन तिच्याकडे पाहत नाही.

"वासु, धन्यवाद. मला नाही आठवत आपण कुठे भेटलो, केव्हा भेटलो, का भेटलो. पण मला आनंद आहे की आपण भेटलो." तिच्या त्या वाक्याने तो गालातल्या गालात हसतो आणि तसाच पुढे जातो. ती त्याच्याकडे पाहत राहते.

१४

शोध आणखी एका समांतराचा

मध्यरात्र उलटुन गेली होती. विवान त्याच्या प्रयोगशाळेत आपलं काम करत बसला होता, इतक्यात कसलीतरी हालचाल झाल्याचं त्याला जाणवलं. तो बाहेर आला. साइक्लॉन कक्षामध्ये कोणीतरी शिरल्याचं त्याला दिसलं. कनिका आणि मेघना केव्हाच घरी गेल्या होत्या, मग कोण असावं? शंकेची पाल त्याच्या मनात चुकचुकली आणि तो सायक्लॉन रुमच्या दिशेने निघाला. आत पोहोचल्यावर समोरचं दृष्य पाहून त्याला धक्का बसला.

समोर सायक्लॉनचं मॉडेल सुरु होतं. त्याला काहीच कळेना. सायक्लॉन सुरू करण्याचं तंत्र, त्याचे पासवर्ड केवळ त्यालाच माहित होते. जे त्याने मेघना आणि कनिकालाही सांगितले नव्हते. मग सायक्लॉन सुरू कसा झाला? हा प्रश्न त्याला पडला. इतक्यात मॉडेलच्या पलिकडच्या बाजुला कोणीची तरी सावली त्याला दिसली.

“कोण आहे तिकडे?” तो मोठ्याने ओरडला. हळु हळु त्याच्या दिशेने तो चालु लागला.

“सायक्लॉन थियरी, एक वादळी सिद्धांत.” ती व्यक्ती बोलू लागली, “एका सातवीतल्या मुलाने आपल्या शिक्षकाच्या कल्पनेतील गोष्ट ऐकली आणि मोठेपणी ती सत्त्यात उतरवली, ज्याने जगभरात एक वादळ निर्माण केलं. विवान खरच तु अलौकिक बुद्धिमत्ता लाभलेला एक महान वैज्ञानिक आहेस.” अंधारात उभी असलेली ती व्यक्ती प्रकाशात आली. तिला पाहुन विवानला आश्चर्याचा धक्का बसला.

“सत्त्या. तु इथे?” विवान आश्चर्याने उद्गारला.

"हो मी. तुझ्या या प्रयोगाबद्दल केवळ ऐकुन होतो. वाटलं प्रत्यक्षात पाहुया. खरच अद्भुत आहे तुझा हा अविष्कार."

"धन्यवाद सत्त्या. तुझ्याकडून प्रशंसा मिळणं माझ्यासाठी खुप मोठी गोष्ट आहे."

"तो तुझा मोठेपणा आहे. नाहीतर ज्या व्यक्तीने तुझ्या संशोधनाला थांबवलं त्या व्यक्तीबद्दल तुझ्या मनात आत्मियता नाही क्रोध असता. बरोबर ना?"

विवान काहीच बोलला नाही. त्याने सहमती दर्शविली असती तर सत्त्याचा अपमान झाला असता आणि त्याला खरच सत्त्याबद्दल आदर होता. जर त्याने नकार दर्शवला असता तर तो स्वत:शी खोट बोलला असता कारण त्याच ते संशोधन त्याची महत्वकांक्षा होती, त्याच सर्वस्व होतं. ज्याला थांबवुन सत्त्याने त्याच जगण्याच एकमेव कारण त्याच्यापासुन हिरावुन घेतल होतं. सत्त्याला विवानच्या मौना मागची विवंचना लक्षात येत होती.

"विवान हा ब्रम्हांड असंख्य रहस्यानी भरलेला आहे. रहस्य जी विचारांच्या रुपाने, कल्पनेच्या रुपाने मनुष्याशी संपर्क साधत असतात. ज्यांना आपण तत्वज्ञान म्हणतो. जोपर्यंत ही रहस्यं मनुष्याचं तत्वज्ञान असतात सुरक्षित असतात. ज्या क्षणी मनुष्य त्यांना वास्तवात उतरवतो त्यांच विज्ञान बनतं आणि मग त्यावेळी ही रहस्यं, रहस्य राहत नाहीत आणि सुरक्षित ही राहत नाहीत कारण विज्ञानाला मनुष्य हवं तसं बदलु शकतो, हवं तसं वळवु शकतो.

माझं काम या रहस्यांना सुरक्षित ठेवण्याचं आहे, या ब्रम्हांडाला सुरक्षित ठेवण्याचं आहे आणि म्हणुनच मी तुला तुझ्या संशोधनापासुन रोखत होतो. पण आज...

पण आज मी तुला तुझ संशोधन पुन्हा सुरु कर हे सांगण्यासाठी आलो आहे."

विवानचा त्याच्या कानांवर विश्वास बसत नव्हता. अचानक त्याच्यात जणु कोणीतरी प्राण ओतले होते.

"सत्त्या खरच... तुझे खुप खुप आभार." त्याचा आनंद गगनात मावत नव्हता. पण २ वर्षे ज्या सत्त्याने त्याला रोखुन ठेवल होतं, त्याच्यावर लक्ष ठेवण्यासाठी त्याच्या मागे दुत लावले होते, तोच सत्त्या आज त्याला त्याच संशोधन पुन्हा सुरु करायला का सांगत आहे हा प्रश्न ही त्याच्या मनात निर्माण झाला. न राहुन त्याने विचारलंच,

"पण असं अचानक तु मला संशोधन सुरु करायला का सांगत आहेस? काही घडलय का? कारण तस काही कारण असल्याशिवाय तु इथे येणार नाहीस."

"हो कारण आहे. मागचे काही दिवस आपण एका भयानक संकटाशी झुंज देत होतो, हे तुला ठाऊक आहे."

"हो. कयास प्रणालीमध्ये काहीतरी समस्या निर्माण झाली होती, जी आता मिटली आहे बरोबर ना? कारण तसा संदेश आम्हाला मिळाला आहे."

"ती समस्या मिटली नाहियेे विवान, तात्पुर्ती टळली आहे."

"तात्पुरती टळली आहे म्हणजे? मला काही समजल नाही." विवानचा गोंधळ होतो.

"कयासचा बिघाड ही कधीच मुळ समस्या नव्हती ते केवळ एक माध्यम होतं ज्याचा वापर करुन एका परकीय शक्तीने आपल्या दोन्ही विश्वावर हल्ला केला होता."

"परकीय शक्ती? म्हणजे कोणी परग्रहवासी आहे जे आपल्याला हानी पोहचविण्याचा प्रयत्न करत आहेत."

"तसच काहीतरी."

"कोण आहेत ते; काही कळल का? आणि कुठुन आले आहेत?"

"कोण आहेत ते मला ठाऊक आहे, कोठे आहेत ते तुला शोधायचं आहे."

"मला?" विवान आश्चर्याने विचारतो.

"हो तुला. जसा तु तुझ्या संशोधना दरम्यान एका समांतर विश्वाचा म्हणजे आमचा शोध लावलास, तसाच तुला आणखी एका समांतर विश्वाचा शोध लावायचा आहे."

"पण सत्त्या त्यांना तर तुम्ही ही शोधु शकता. वैश्विक स्तरावर आमच्यापेक्षा तुम्ही अधिक सक्षम आणि सजग आहात. तुमच्याकडे दैवी शक्ती आहेत, अत्त्याधुनिक तंत्रे आहेत."

"परंतु त्यांनाही मर्यादा आहेत. जे मागच्या संकटाने आम्हाला दाखवुन दिलं आहे."

"सत्त्या विधीमध्ये अशी एकही व्यक्ती नाही जी त्या विश्वाला शोधु शकेल? कारण मी शोधायच म्हणजे किती काळ किती वर्षे लागतील सांगता नाही येत. कोणीतरी नक्की असेल सत्त्या जो तुला तिथे घेऊन जाईल."

"आहे. पण ज्या व्यक्तिला त्या विश्वाचा मार्ग माहित आहे. त्या व्यक्तीला मी या मार्गावर नेऊ नाही शकत आणि म्हणुनच तर मी तुझ्याकडे आलो आहे." सत्त्या मनातल्या मनात पुटपुटतो.

त्याला माहित होत की त्या अदृश्य शक्तीपर्यंत; त्या समांतर विश्वापर्यंत त्याला केवळ देवांशी घेऊन जाऊ शकते, पण जर यावेळच्या अग्नीदिव्यात ती उतरली तर ती पुन्हा परतणार नव्हती. म्हणुनच त्याला विवानचा पर्याय उचित वाटला.

"सत्त्या. कुठे हरवलास?" विचारांमध्ये गुंग झालेल्या सत्त्याला विवानने भानावर आणलं.

"नाही विवान आता एकमेव तुच आहेस जो मला तिथपर्यंत पोहचवु शकतोस. करशील माझी मदत?" विवानच्या प्रश्नाला सत्त्याने उत्तर दिल

"मदत तर तु करत आहेस सत्त्या माझी. हे संशोधन माझ जगण्याच कारण आहे. याला सुरु ठेवण्याची परवानगी देऊन तु मला माझं आयुष्य परत दिलं आहेस."

"हे संशोधन तु सुरु ठेऊ शकतोस पण माझ्या काही अटी आहेत."

"कसल्या अटी?" विवानने विचारलं.

"हे एक गुप्त संशोधन असेल. याची वाच्यता तुला कुठेच करता येणार नाही. तुझ्या सहकाऱ्यांशीही नाही आणि विधीतील कुठल्या अधिकाऱ्याशीही

नाही. कारण हे संशोधन ब्रम्हांडाच्या सुरक्षिततेशी निगडित आहे. जोपर्यंत आपण कुठल्या ठोस निष्कर्षापर्यंत पोहचत नाही तोपर्यंत ही आपल्या दोघामधील गोपनीय बाब असेल.

विवानला सत्त्याचं म्हणण पटतं आणि तो त्याच्या अटी मान्य करतो. सध्या त्याला त्याचा संशोधनाचा मार्ग मोकळा झाला हे जास्त महत्वाचं होतं आणि त्यासाठी काहीही करायची त्याची तयारी होती.

"संशोधनाशी निगडित गोष्टीवर चर्चा करण्यासाठी मी तुला भेटतच राहिल. जितकं लवकर शक्य होईल तितक्या लवकर आपल्याला हे कोडं सोडवायचं आहे."

"माझी खात्री आहे सत्त्या आपण हे कोडं नक्कीच सोडवु आणि त्या परकीय शक्तीना लवकर सगळ्यांसमोर आणु." विवान आत्मविश्वासाने उद्गारतो.

सत्त्या त्याचा निरोप घेतो. तो गेल्याची खात्री झाल्यावर विवान उत्साहाने मोठ मोठ्याने ओरडुन आपला आनंद साजरा करतो. त्याला कधी ही बातमी कनिका आणि मेघनाला देतोय असं झालं; पण सत्त्याला दिलेलं वचन त्याच्या लक्षात आलं तीन वर्षांपूर्वी दिलेल्या एका वचनामुळे तो त्याच्या ध्येयापासुन, त्याच्या स्वप्नापासुन दुरावला होता पण आज दिलेलं वचन त्याला त्याचं स्वप्न त्याचं ध्येय पुन्हा परत मिळवून देणार होते आणि त्याने स्वत:वर नियंत्रण ठेवलं आणि दोघीना काहीही न सांगण्याचं ठरवलं.

१५

ब्रम्हांड, ब्रम्हरक्षकांशिवाय....

सन २१००

आकाशात विजा कडाडत होत्या, सगळीकडे ढगाळ, भकास आणि भेसुर वातावरण निर्माण झालं होतं, वादळाने कहर केला होता आणि जमिनीवर मातीचा साधा कण थांबायचं नाव घेत नव्हता. अशा भयानक परिस्थितीत एक २१ - २२ वर्षांची युवती जिवाच्या आकांताने रस्त्यावरुन धावत होती; एकटीच. रस्त्यावरच काय पण कुठेच एक चिटपाखरुही दिसत नव्हतं. ती माणसं शोधत होती. समुद्राच्या उंच उंच उसळणाऱ्या लाटा किनाऱ्यावरच्या रस्त्यावर आदळत होत्या. त्यापासुन ती स्वत:ला वाचवत मार्ग काढत होती. अचानक तिचं लक्ष समोर जातं. विधीचा पवित्र धर्मस्तंभ तिच्यासमोर ढासळू लागला तसा तिच्या पोटात गोळा आला, पायातले त्राण गेले आणि ती जमिनीवर कोसळली. तिचं अंग थरथरू लागलं, डोळ्यातून घळाघळा अश्रु वाहू लागले.

तिच्या डोळ्यांसमोर धर्मस्तंभाला ती जमिनधोस्त होताना पाहत होती, पण ती काहीच करू शकत नव्हती. कारण ती हतबल होती. एकटी होती.

कसला तरी आवाज तिच्या कानाजवळ घुमला. तिने मागे वळुन पाहिलं. एक मोठी लाट तिच्या अंगावर आली तिने डोळे घट्ट मिटले. क्षणात सगळीकडे अंधार दाटला. क्षणात सगळीकडे शांतता पसरली.

“निरजा. . निरजा.. उठ..” कोणीतरी तिला हाक मारत होतं. तिने अलगद डोळे उघडतले. “हॅपी न्यु इयर.”

तिची मोठी बहीण तिला उठविण्याचा प्रयत्न करत होती. एका भयानक स्वप्नातून ती वास्तवात आली.

"हॅपी न्यु इयर." डोळे चोळत ती अंथरुणातुन उठुन बसली. बाजुच्या टेबलवर असलेला तिचा चष्मा साफ करुन तिने डोळ्यांना लावला.

"लवकर खाली ये सगळे तुझी वाट पाहत आहेत." असं म्हणुन ती खोली बाहेर निघुन गेली.

निरजा संगणकासमोर जाऊन बसली. संगणक चालु करुन त्यावरचा कॅनव्हास ॲप उघडला. पांढऱ्या रंगाच पटल समोर अवतरलं. त्याच्या उजव्या बाजुला विविध रंगांचे टॅब होते. टेबलावरील ब्रश घेऊन तिने पटला वरील एका रंगाला लावला. स्वप्नात पाहिलेलं विध्वंसक दृष्य ती हुबेहुब कॅनव्हासवर रेखाटु लागली.

चित्र रेखाटता रेखाटता ती तिच्या भुतकाळात गेली.

९-१० वर्षाची निरजा बिछान्यावर तिच्या वडिलांना बिलगुन रडत होती.

"बाबा मलाच का अशी भयानक स्वप्न पडतात?" केविलवाण्या आवाजात ती विचारते.

"कारण तू खास आहेस आणि तुला निवडण्यात आलय." तो तिची समजुत काढण्याचा प्रयत्न करत असतो.

"निवडण्यात आलय, म्हणजे?"

"पृथ्वीच्या संरक्षणासाठी परमशक्तीने तिचे दुत जगभर ठिकठिकाणी पेरुन ठेवले आहेत. ज्यांना काही खास दैवी शक्तींच वरदान आहे. तु त्या दुतांपैकी एक आहेस. म्हणुन तु खास आहेस आणि म्हणुन तुला ही स्वप्नं पडतात."

"पृथ्वीच रक्षण करायच म्हणजे काय करायचं?"

"वाईट शक्तीना मनुष्यापासुन, आपल्या पृथ्वीपासुन दुर ठेवायचं. रक्षक बनुन त्या दोघांच्यामध्ये उभं रहायचं."

"तुम्हाला हे कसं माहित? तुम्ही पण दुत आहात?"

"नाही." दीर्घ श्वास घेऊन तो पुन्हा उद्गारतो, "पण मी तुझा बाप आहे." त्याला भरून येतं, त्याने तसंच तिला स्वत:च्या छातीशी घट्ट

आवळून धरलं. तो बोलला जरी नव्हता तरी ज्या पद्धतीने त्याने तिला स्वत;शी कवटाळलं होतं त्याची भीतीदेखील निरजाला स्पष्ट जाणवत होती.

निरजा भानावर येते. तिच्या डोळ्यातुन अश्रुंचे थेंब गालांवर ओघळतात. कॅनव्हासच्या ग़ॅलरी या टॅबला ती क्लिक करते. त्यात तिने काढलेली खुप सारी चित्रे होती. त्यातील एका चित्रावर ती क्लिक करते. ते चित्र छोट्या निरजाचं होतं; तिच्या बाबांसोबत.

"हॅपी न्यु इयर बाबा. मला तुझी खुप आठवण येते." चित्राकडे पाहत ती भावनिक झाली. इतक्यात बाहेरुन कोणीतरी तिला हाक मारली.

"आले आले.." पटलावरचं चित्र पटकन बंद करुन डोळे पुसत स्वत:ला सावरत ती उद्गारते आणि घाई घाईत खोलीच्या बाहेर निघुन जाते.

पटलावर तिच्या चित्रांची गॅलरी खुली होती. तिने काढलेली चित्रे एक एक करत पुढे सरत होती....

त्यातील एक चित्र काळोखात चमकणाऱ्या रंगीबेरंगी पाखरांच्या थव्याचं होतं. जे गोलाकार एकमेकांभोवती फिरत होते. ते अतिशय लहान आणि नाजुक होते. कोणाच्याही मनात चटकन भरेल असं ते चित्र होतं.

पुढचं चित्र आकाशगंगेच होतं. विलक्षण. ते संगणकावरच्या एका छोट्या कॅनव्हासवर होतं पण तरी डोळ्यांत बसत नव्हतं. निरजा किती श्रेष्ठ चित्रकार आहे हे सिद्ध करण्यासाठी ते एक चित्र पुरेसं होतं. तिच्या कल्पनेतील आकाशगंगा त्या कॅनव्हासवर जणु वास्तवात अवतरली होती.

त्यानंतरचं चित्र एका पक्षाचं होतं, त्याचं शरीर पांढरं पण पंख लांब आणि सोनेरी होते. पुढचं चित्र एका घायाळ योद्ध्याचं होतं; अर्धा पाठमोरा. त्याच्या एका हातात तलवार होती, सार अंग जखमानी रक्तबंबाळ झाल होतं. त्यांचे केसं खांद्यांवर रुळत होते. पिळदार देहयष्टीचा तो मनुष्य तळपत्या सुर्याकडे तोंड करुन उभा होता. क्रोधानं तो समोर पाहत होता, त्याच्या चेहऱ्यावरचे सूक्ष्मात सूक्ष्म भाव, रंगामुळे गालांवर मानेवर अवतरलेल्या लालबुंद शिरा सारं तिने अचूक टिपलं होतं. सुर्याचं तेज त्याच्या नजरेतील तेजापुढे फिकं पडलं होतं.

निरजाची केवळ संगणकामधील गॅलरीच नाही तर तिची खोली ही तिने काढलेल्या अनेक चित्रांनी भरलेली होती. त्या चित्रांमध्ये तिला पडणाऱ्या स्वप्नांची रहस्यं दडली होती ज्यांचा शोध ती गेल्या १५ वर्षांपासुन घेत होती.

पुढील अध्याय

- सहा महातत्वे
- देवांशी
- सुर्या
- वादळी सिद्धांत
- २१०० एस. आय. विरुद्ध ए. आय.

www.ingramcontent.com/pod-product-compliance
Lightning Source LLC
LaVergne TN
LVHW092352220825
819400LV00031B/342